അടയാളങ്ങൾ

കീച്ചേരിൽ ശങ്കരപ്പിള്ള

കീച്ചേരിൽ ശ്രീധരൻ പിള്ളയുടേയും രാജമ്മയുടേയും മകനായി 1945-ൽ കണ്ടല്ലൂരിൽ ജനനം. കോളേജ് വിദ്യാഭ്യാസത്തിനു ശേഷം സർക്കാർ സർവ്വീസിൽ പ്രവേശിച്ചു. വിദ്യാഭ്യാസ വകുപ്പിൽ സീനിയർ അഡ്മിനിസ്ട്രേറ്റീവ് അസിസ്റ്റന്റ് ആയി വിരമിച്ചു. ജില്ലാ ലൈബ്രറി കൗൺസിൽ അംഗം, പെൻഷനേഴ്സ് യൂണിയൻ യൂണിറ്റ് പ്രസിഡന്റ്, കാരുണ്യസ്പർശം പാലിയേറ്റീവ് സൊസൈറ്റി പ്രസിഡന്റ് എന്നീ നിലകളിൽ പ്രവർത്തിച്ചു വരുന്നു.

ഭാര്യ: ലീല

മക്കൾ: അമ്പിളി ശങ്കർ, ആശ ശങ്കർ.

വിലാസം:

കീച്ചേരിൽ കണ്ടല്ലൂർ വടക്ക്

പുതിയ വിള പി. ഒ

കായംകുളം 690531

ഫോൺ: 94961 55626

കീച്ചേരിൽ ശങ്കരപ്പിള്ള

അടയാളങ്ങൾ

കഥാസമാഹാരം

മാക്സ് ബുക്സ്
2023

Adayalangal
By: Keecheril Sankarapillai
Malayalam Stories

Published by:-
MAX BOOKS
Maxlive Media Solutions Pvt Ltd.
Muppathiyil Building, Muttambalom Post,
Kanjikuzhy, Kottayam 686 004
maxlivemediasolutions@gmail.com
maxbookskerala@gmail.com
Ph: 90740 98776

Printed in India
at Max, Kottayam

Cover: Maxlab

Edition:
First Editon May 2023
Copies: 1000

ISBN: 978-93-91085-81-0

പ്രസാധകക്കുറിപ്പ്

ജീവിതത്തിന്റെ വർണക്കാഴ്ചകൾ നിറയുന്ന യൗവ്വനത്തിൽ എഴുത്തും സാഹിത്യപ്രവർത്തനവും ഒക്കെ കൈയെത്താദൂരത്തായിപ്പോകും ചിലർക്കെങ്കിലും. അവരതു കൈനീട്ടിപ്പിടിക്കും, മധുരവാർദ്ധക്യത്തിൽ. ഇതാ, ഒരുപിടി കഥകളുമായി കടന്നുവരികയാണ് കീച്ചേരിൽ ശങ്കരപ്പിള്ള എന്ന പുതുമുഖം. നടന്നുതീർത്ത വഴികളിൽ കണ്ടെടുത്ത കാഴ്ചകൾ കഥകളായി പിറക്കുന്നു ഇവിടെ. പതിനഞ്ചു ചെറുകഥകളുടെ സമാഹരം ഏറെ സന്തോഷത്തോടെ ഞങ്ങൾ പ്രസിദ്ധീകരിക്കുന്നു.

അജീഷ് ചന്ദ്രൻ
പ്രസാധകൻ

കഥകൾ

ഒന്ന്

നഗരത്തിന്റെ മുഖം

ഇരുമ്പുകമ്പിയിൽ പിടിച്ചുപിടിച്ച് വാതിൽക്കൽ എത്തി. ആളിറങ്ങണമെന്നു പറഞ്ഞതുകൊണ്ട് വണ്ടി നിർത്തി. വണ്ടിയുടെ സ്പീഡ് വല്ലാതെ ഭയപ്പെടുത്തിയിരുന്നു. നിരത്തിലിറങ്ങി അല്പം ശുദ്ധവായു ശ്വസിച്ചു. പുതിയൊരു ജീവൻ കിട്ടിയതുപോലെ. കയ്യിലിരുന്ന ബാഗ് താഴെവച്ച് പാന്റിന്റെ ഉറയിൽ നിന്ന് കൈലേസെടുത്ത് മുഖമാകെ തുടച്ചു. മുഖത്തുനിന്നും കണ്ണട ഇളക്കി തുടച്ച് പുനപ്രതിഷ്ഠ നടത്തി.

നിരത്തിലൂടെ തെക്കോട്ട് നടന്നു. സേറ്ജിയുടെ കമ്പനി അന്വേഷിച്ച്. വളരെ വർഷങ്ങൾക്കു മുൻപ് ഈ നഗരത്തിൽ വന്നതാണ്. അന്ന് മുൻസിപ്പാലിറ്റിയായിരുന്നു. ഇന്ന് കോർപ്പറേഷൻ. റോഡിന്റെ ഇരുപുറവും കൂറ്റൻ കെട്ടിടങ്ങളായിരിക്കുന്നു. മുൻപ് റോഡിന്റെ ഇരുവശവും വിശാലമായ വയൽ ആയിരുന്നു. ഒന്നാംതരം നെൽപ്പാടം. മഞ്ഞക്കതിർ ചൂടി നിൽക്കുന്ന വയൽ സ്വർണ്ണം പൂശി നിൽക്കുന്നതുപോലെ തോന്നും. വയൽ അവസാനിക്കുന്നിടത്തു കാണുന്ന തുരുത്തിലായിരുന്നു തോട്ടികളുടെ താമസം. പ്രഭാത കർമ്മങ്ങളെല്ലാം വയൽ വരമ്പിലായിരുന്നു. അന്ന് അവരുടെ സേവനം അനിവാര്യമായിരുന്നു. തമിഴ്നാട്ടിൽ നിന്നും മറ്റും എത്തിയതായിരുന്നു അവർ. രാവിലെ അല്പം ചാരായം അകത്താക്കാതെ തൊഴിൽ തുടങ്ങില്ല. തുരുത്തിൽ ചാരായം വാറ്റുന്നവരായിരുന്നു കൂടുതലും. ഒരിക്കൽ എക്സെസുകാർ അവിടെ എത്തി വാറ്റുപകരണങ്ങളൊക്കെ നശിപ്പിച്ചു. തോട്ടികൾ പ്രതിഷേധ സൂചകമായി പണിമുടക്കി. നഗരം ദുർഗന്ധപൂരിതമായി. ജനങ്ങളും കൂട്ടമായി തെരുവിലിറങ്ങി. കടകളാക്രമിച്ചു. ആകെ ഒരു സംഘർഷ പൂരിതമായ അന്തരീക്ഷം. പോലീസ് ലാത്തി വീശി സമരക്കാരെ ഓടിച്ചു. മുനിസിപ്പാലിറ്റി ഇടപെട്ടു. ചാരായം വാറ്റാൻ മൗനാനുവാദം നൽ

കി. അങ്ങിനെ തോട്ടികളുടെ സമരം അവസാനിച്ചു. പിന്നീട് എക്സൈസുകാർ അങ്ങോട്ടു തിരിഞ്ഞുനോക്കിയിട്ടില്ല. ഇപ്പോൾ വയലുകൾ കാണാനെ ഇല്ല. അവിടയെല്ലാം ഭീമൻ കെട്ടിടങ്ങളായി. ഞാൻ സേഠ്ജിയുടെ കമ്പനി അന്വേഷിച്ച് നടന്നു. ചുവന്നബോർഡിൽ വെള്ള അക്ഷരങ്ങളുള്ള ബോർഡ് കണ്ണിൽ പെട്ടു. ബോർഡിൽ സേഠ്ലാൽജിയുടെ പേരുകണ്ടു. 500 മീറ്ററോളം നീളമുള്ള മതിൽ ചുറ്റി ഗേറ്റിനടുത്തെത്തി. അനുവാദം വാങ്ങി അകത്തു കടന്നു. രണ്ടാമത്തെ നിലയിൽ എത്തിയപ്പോൾ ഒരാൾ ഓടി വന്നു ചോദിച്ചു.

"ആരെ കാണാനാണു സാർ." ചോദ്യോത്തരങ്ങൾ തുടർന്നു.

"ലാൽജി സേഠിനെ."

"ഈ കമ്പനി ലാൽജി സേഠിന്റെ മകന്റെയാണ്?"

"രാമാനുജന്റെയോ."

"അല്ല."

"പിന്നെ."

"ലക്ഷ്മൺ സേഠിന്റെ... അദ്ദേഹം മുകളിലുണ്ട്. അഞ്ചാംനിലയിൽ."

വെറും ചതുപ്പുനിലമായിരുന്നു ഇവിടം. മാലിന്യങ്ങൾ തള്ളുന്നതും ഇവിടെയായിരുന്നു. ഇപ്പോൾ മനോഹരമായ കെട്ടിടങ്ങൾ കൊണ്ട് സ്ഥലത്തിന് ഒരു മനോഹാരിത കൈവന്നു. എത്രയെത്ര ഷോപ്പുകൾ.

ലിഫ്റ്റിലൂടെ അഞ്ചാമത്തെ നിലയിലെത്തി.

വരാന്തയിലൂടെ നടന്നു.

ഗ്ലാസ് കൊണ്ടു മൂടിയ ക്യാബിനു മുന്നിലെ ബോർഡു കണ്ടു.

"മാനേജിംഗ് ഡയറക്ടർ."

കതകിന് മുട്ടി. അകത്തു നിന്നും ക്ഷണം കിട്ടി. ഹാഫ് ഡോർ തുറന്നു അകത്തു കയറി. തടിച്ചുകൊഴുത്ത ലക്ഷ്മൺ സേഠിനെ കണ്ടു. കറങ്ങുന്ന കസേരയിൽ പുകച്ചുകൊണ്ടിരിക്കുന്ന ലക്ഷ്മൺ സേഠിനെ. ഒന്നു തൊഴുതു ചിരിച്ചു. ഇരിക്കാൻ പറയുന്നതിനു മുമ്പേ കസാല വലിച്ചിട്ടിരുന്നു. പാന്റ് അല്പം മുകളിലേക്ക് തിരുകി കയറ്റി സുഖമായി ഇരുന്നു. കണ്ണട വലതുകയ്യിലെടുത്ത് ഇടതു കൈ കൊണ്ട് കണ്ണു തിരുമി. ഗൗരവത്തോടെ ഇരുന്നു. ലക്ഷ്മൺ സേഠ് ചോദ്യങ്ങൾ ചോദിക്കും മുൻപേ അങ്ങോട്ടു ചോദിച്ചു.

"ലാൽജി സേഠിന്റെ മകൻ ലക്ഷ്മൺ സേഠല്ലേ."

"അതെ. എന്നെ അറിയുമോ?

"എനിക്കു മനസ്സിലായില്ല?"

"കൊള്ളാം ഞാനും ലാൽജി സേഠും സുഹൃത്തുക്കളായിരന്നു. ഞങ്ങളുടെ കമ്പനിയിൽ നിന്നാണ് ഇവിടേക്ക് സാധനങ്ങൾ സപ്ലൈ ചെയ്തുകൊണ്ടിരുന്നത്.

പന്ത്രണ്ടു വർഷം മുമ്പ് സമരത്തെ തുടർന്ന് കമ്പനി പൂട്ടി.

എന്റെ പേര് മാധവസിങ്, കേട്ടുകാണും." ലക്ഷ്മൺ സേഠിന്റെ കമ്പനിയുടെ വളർച്ച അയാളെ അത്ഭുതപ്പെടുത്തി.

"അച്ഛൻ പറഞ്ഞ് കേട്ടിട്ടുണ്ട്." ലക്ഷ്മൺ സേഠ് തുടർന്നു. "എന്റെ വീട്ടിൽ ജോലി ചെയ്തിരുന്ന പ്രേംലാലിനെ അറിയില്ലേ?"

"അറിയാം."

"ങ! അവനെ വീട്ടിലെ കഷ്ടപ്പാടുകളോർത്ത് ഈ കമ്പനിയിൽ ഒരു ജോലി കൊടുത്തു. അവനായിരുന്നു ഈ കമ്പനിയിലെ കഴി ഞ്ഞ സമരത്തിന്റെ ചുക്കാൻ പിടിച്ചത്. എന്നെ മുദ്രാവാക്യത്തിലൂ ടെ തെറിവിളിച്ചു."

"പ്രേം ലാലോ?"

സിങ് അത്ഭുതം കൂറി.

"അതെ സിങ്. പ്രേം ലാൽ തന്നെ." സേഠ്ജി സമരത്തെ പറ്റി വാചാലനായി. സിങ് സേഠ്ജിയുടെ മുഖത്തു നോക്കി ആകാംക്ഷ യോടെ വിവിധ വികാരങ്ങൾ പ്രകടിപ്പിച്ചു. ഒടുവിൽ പറഞ്ഞു.

"സേഠ്ജി അങ്ങിനെയാണ്. ഒരർത്ഥത്തിൽ സമരമില്ലെങ്കിൽ കമ്പനി നടത്തുന്നതിലെന്താണർത്ഥം. അമിതലാഭമുണ്ടാകുമെന്ന ല്ലേ പരക്കെ വിശ്വാസം. തൊഴിലാളികളുടെ ധാരണയും അതുത ന്നെ. അപ്പോൾ ആ ധാരണ തൊഴിൽ സമരങ്ങൾക്കെതിരായി നട ത്തുന്ന പ്രചാരണങ്ങളിൽ മുങ്ങിപ്പോകും?"

ഒരു പുതിയ തത്വം കണ്ടു പിടിച്ചതുപോലെ സിങ് കുലുങ്ങിച്ചി രിച്ചു. സേഠ്ജിയും ചിരിച്ചു. ആ മുറിയാകെ കുലുങ്ങിയതുപോലെ തോന്നി. കസേര ഒന്നു കറക്കി ലക്ഷ്മൺ സേഠ് മാധവസിങ്ങിന്റെ അടുത്തെത്തി. സേഠ് രഹസ്യമായി പറഞ്ഞു, "മാധവ്സിങ് നിങ്ങൾ പറഞ്ഞതു ശരിയാണ്. ഈ കമ്പനിയിലെ ലാഭം എന്റെ സ്വന്തം ബാങ്കിൽ മറ്റൊരാളുടെ പേരിൽ നിക്ഷേപിച്ചിരിക്കുകയാണ്. ഈ കമ്പനി പൊളിഞ്ഞാലും എനിക്കൊരു ചുക്കും വരാനില്ല. എല്ലാ മാസവും തൊഴിലാളികളെ വിളിച്ചുപറയും കമ്പനി നഷ്ടത്തിലാ ണെന്ന്. പക്ഷെ സിങ് ഒരു കാര്യത്തിൽ ഞാൻ ജയിച്ചിരിക്കുകയാ ണ്. ഈ ഫാക്ടറി തുടങ്ങിയപ്പോഴുള്ള ശമ്പളത്തിന്റെ 20 ശതമാ നം മാത്രമാണു വർദ്ധന നൽകിയിട്ടുള്ളത്. ഒരു 50 ശതമാനം

കൂട്ടികൊടുക്കേണ്ടതാണെന്ന് എനിക്കറിയാം. പക്ഷേ കൊടുക്കാനൊക്കുമോ?" സേഠ്ജി കുലുങ്ങി ചിരിച്ചു. കസേരകറക്കി പഴയ സ്ഥാനത്തെത്തി. മാധവ് സിങ് സേഠ്ജിയെ രൂക്ഷമായി നോക്കിയെങ്കിലും സേഠ്ജി അതു കണ്ടില്ല.

സേഠ്ജി ചിരിച്ചുകൊണ്ടു തുടർന്നു.

"എന്റെ അച്ഛൻ നടത്തിയിരുന്ന കമ്പനി അറിയില്ലേ?"

"അറിയാം."

"അതെങ്ങിനയാ പൊളിഞ്ഞതെന്നറിയാമോ?"

"പൊളിഞ്ഞോ?" സിങ് ആകാംക്ഷയോടെ ചോദിച്ചു.

"മൂന്നുകൊല്ലം മുൻപ്."

"എന്ത്? നേരോ? എന്നിട്ട് അച്ഛനിപ്പോൾ?"

സിങ് എല്ലാം അറിയാൻ തിരക്കുകൂട്ടി.

സേഠ്ജിയുടെ മുഖം ഇരുണ്ടു. മുറിയിൽ തൂക്കിയിരുന്ന ലാൽജി സേഠിന്റെ പടത്തിലേക്ക് ചൂണ്ടിക്കൊണ്ടു പറഞ്ഞു, "അച്ഛൻ ആകെ കടത്തിലായിരുന്നു. കമ്പനി പൂട്ടുമ്പോൾ. ഒന്നരകോടി രൂപയുടെ കടമുണ്ടായിരുന്നു. അച്ഛനാകെ ഭീതി. ഞാനും രാമാനുജനും കൂടി ചേർന്ന് കടം വീട്ടി. ഞങ്ങൾ പിന്നെ അതു വിറ്റു. പിന്നീടാണ് ഇവിടെ തുടങ്ങിയത്. അച്ഛൻ ആകെ മാനസിക വിഭ്രാന്തിയിലായി. മരണം പെട്ടെന്നായിരുന്നു."

"അപ്പോൾ ഈ കമ്പനി രാമാനുജത്തിനും കൂടി ഷെയറുള്ളതാണോ?" സിങ് ഇടയ്ക്കു കയറി ചോദിച്ചു.

"ആയിരുന്നു. പുരന്ദരദാസിന്റെ മകൾ ലക്ഷ്മിയെ അറിയില്ലേ? പുരന്ദരദാസ് മരിച്ചു."

"അറിയാം. അവൾ അവിവാഹിത. പണക്കാരുടെ ഭൃത്യയായി ജീവിച്ചവൾ. ഈ നഗരത്തിൽ താമസിക്കാൻ മുറികിട്ടാതെ വന്നപ്പോൾ പുരന്ദരദാസ് തന്നെ വിളിച്ച് വീട്ടിൽ കൊണ്ടുപോയി. പിന്നെ കുറേനാൾ അവിടെ സ്ഥിരതാമസമാക്കി. രണ്ടുമുറിയും അടുക്കളയും ഒരു വരാന്തയും മാത്രമുള്ള വീടായിരുന്നു പുരന്ദരദാസിന്റേത്. അയാളുടെ മരണ ശേഷം സിങ് അവിടെ നിന്നും താമസം മാറി. പിന്നെ രാമാനുജനും ലക്ഷ്മിയുടെ വീട്ടിലെ സ്ഥിരം സന്ദർശകനായി. അയാളുടെ പണവും സ്വത്തും അവൾ തന്ത്രപൂർവ്വം കൈക്കലാക്കി. മദ്യപിച്ച് ലെക്കുകെട്ടുവന്ന അയാളെ ഒരു ദിവസം അവൾ ഭക്ഷണത്തിൽ വിഷം കലർത്തി കൊന്നു. മാരകമായ രോഗമായിരുന്നെന്ന് അവൾ പറഞ്ഞു പരത്തി. വളരെ പെട്ടെന്നുതന്നെ ശവദാഹവും നടത്തി. രാഷ്ട്രീയനേതാക്കളും നിയമപാലക

രുമെല്ലാം അവൾക്കൊപ്പമായിരുന്നു. ഇരുനില കെട്ടിടത്തിലാണ് അവൾ ഇപ്പോൾ താമസം. കോർപറേഷൻ കൗൺസിലറായി സ്ഥിരമായി തുടരുന്നു. രാഷ്ട്രീയത്തിൽ അവൾക്ക് നല്ല സ്വാധീന മുണ്ടിപ്പോൾ. നാലുനിലകളുള്ള റസ്റ്റോറന്റ് അവൾ വാടകയ്ക്ക് കൊടുത്തിരിക്കുന്നു."

കഥകേട്ട് സിങ് ഞെട്ടിപ്പോയി. "രാമാനുജന്റെ ആയിരുന്നല്ലോ ഈ കെട്ടിടങ്ങൾ. അല്ലെ?" സിങ് ചോദിച്ചു.

സേഠ്ജി അവർത്തിച്ചു.

"അതെ ഇപ്പോൾ ലക്ഷ്മി അതു വാടകയ്ക്ക് കൊടുത്തിരിക്കു കയാണ്. ഇരുനില കെട്ടിടത്തിൽ താമസം. അവിടെ ഈ നഗരത്തി ലെ വലിയ ഉദ്യോഗസ്ഥരാണു താമസം. രാത്രിയിൽ കുപ്പികളുട യുന്ന ശബ്ദം കേൾക്കാം. ലക്ഷ്മി മകളുമൊത്താണ് താമസം. രാമാനുജത്തിന്റെ മകൾ."

"മകളോ!" സിങ് ആകാംഷയോടെ ചോദിച്ചു.

സേഠ് ആകെ വിയർക്കുന്നുണ്ടായിരുന്നു. നഗരത്തെപ്പറ്റി കൂടു തൽ അറിയണമെന്നുതോന്നിയില്ല. ലാൽജിസേഠ് രണ്ടുവർഷം മുമ്പ് മരിച്ച വിവരവും മറ്റും പറഞ്ഞപ്പോൾ സേഠിന്റെ കണ്ണുകൾ നി റഞ്ഞു. സിങും തന്റെ അഗാധ ദു:ഖം രേഖപ്പെടുത്തി. സേഠ് കുറേ നേരം തലകുനിച്ച് ഇരുന്നു. മുറിയിലെ ക്ലോക്കിൽ നിന്ന് ശബ്ദമു യർന്നപ്പോഴാ വാച്ചിലേക്ക് നോക്കിയത്.

"ക്ഷമിക്കണം സേഠ്ജി ഞാൻ വളരെ നേരമിരുന്ന് സമയം നഷ് ടപ്പെടുത്തി." സിങ് ക്ഷമാപണം നടത്തി.

"സാരമില്ല. അപ്പോൾ സിങ് വന്നകാര്യം പറഞ്ഞില്ലല്ലോ?"

"ഞങ്ങളുടെ കമ്പനിയിലേക്ക് ഓർഡർ തരണം. അതു പറയാ നാണു ഞാൻ വന്നത്. നല്ല ക്വാളിറ്റി സാധനങ്ങൾ സപ്ലൈ ചെയ്യാം."

ഇപ്പോൾ മറ്റൊരു കമ്പനിയിൽ നിന്നാണ് സാധനങ്ങൾ വാങ്ങു ന്നതെങ്കിലും അവർക്കുള്ള ഓർഡർ ക്യാൻസൽ ചെയ്ത് സിങ്ങി ന് ഓർഡർ നല്കാമെന്നു പറഞ്ഞപ്പോൾ സിങ്ങിന്റെ മുഖത്ത് സൂര്യോദയം.

ഓർഡർ ഫോം ഒപ്പിട്ട് വാങ്ങി. മേശപ്പുറത്തെത്തിയ ബ്രൂ കോ ഫി കുടിച്ച് ചുണ്ടു തുടച്ചു. ഓർഡർ ഫോം ഒപ്പിട്ട ഷഫേഷ്സ് പെൻ കണ്ടപ്പോൾ സേഠ്ജിക്ക് അതുകിട്ടിയാൽ കൊള്ളാമെന്നു തോ ന്നി. ബോംബയിലെ ആന്റി പ്രസന്റേഷൻ തന്നതാണെന്ന് സിങ് കള്ളം പറഞ്ഞു എങ്കിലും സേഠ്ജിക്ക് ആ പേന കൊടുത്തു. ഇനി

യും ഓർഡർ കിട്ടേണ്ടതല്ലേ. ഓർഡർ ഫോം ബാഗുതുറന്ന് വെച്ചു. സേഠ്ജിയോട് യാത്രപറഞ്ഞ് മുറിവിട്ടിറങ്ങിയപ്പോൾ സിങ്ങിന്റെ മുഖത്താകെ സന്തോഷം.

ലാൽജിസേഠ് മരിച്ചാലെന്ത്?

രാമാനുജനും മരിച്ചാലെന്ത്?

ലക്ഷ്മി അവിവാഹിതയായാലെന്ത്?

ഒരു പേന പോയാലെന്ത്?

അയാൾ ബാഗു തുറന്ന് ഓർഡർ ഫോം ഒന്നുകൂടി നോക്കി.

50 ലക്ഷം രൂപയുടെ ഓർഡർ ലിഫ്റ്റിലൂടെ താഴെയിറങ്ങി നിരത്തിലൂടെ നടക്കുമ്പോൾ മാറിയ നഗരമുഖം മുന്നിൽ തെളിഞ്ഞു. ലക്ഷ്മിയുടെ ഇരുനില കെട്ടിടത്തിന്റെ മുന്നിലൂടെ മറ്റൊരു കമ്പനിയിലേക്ക് നടക്കുമ്പോൾ സിങ് കയ്യിലിരുന്ന കുട നിവർത്തി.

(മലയാളനാട് വാരിക 1972)

രണ്ട്

അമല

അന്ന് ഞായറാഴ്ചയായിരുന്നു. അമല രാവിലെ ഉണർന്ന് നേരേ പൂന്തോട്ടത്തിലേക്കാണ് പോയത്. അവൾ നട്ടു നനച്ചുവളർത്തിയ റോസാച്ചെടികൾ പൂത്തുലഞ്ഞു നിൽക്കുന്നു. നേരെ അടുക്കളയിലേക്ക് ഓടി. അമ്മയെ ആഹ്ളാദമറിയിച്ചു.

വീണ്ടും അവൾ പൂന്തോട്ടത്തിലേക്ക് എത്തി.

ഓരോ പൂക്കളേയും തലോടിനിൽക്കവേ അവൾ മനസ്സിൽ ചിന്തിച്ചു. പൂമൊട്ടായിരുന്നപ്പോൾ തന്നെ കാണാൻ ആരും വരില്ല എന്നു കരുതിയിരിക്കാം. പക്ഷെ അതറിയാതെ തന്നെ സൗന്ദര്യവതിയായ പൂവായി വിരിഞ്ഞ് സുഗന്ധം പരത്തിയിരിക്കുന്നു.

കുളി കഴിഞ്ഞ് പൗഡർ പൂശി വരുമ്പോൾ ഇതേ സുഗന്ധമായിരുന്നു അവൾക്ക്.

പൂക്കളെ തലോടുമ്പോൾ ഒരു പ്രത്യേക അനുഭൂതി അവൾക്കുണ്ടായി. അവളേയും ആരോ തലോടുന്നപോലെ.

എവിടെ നിന്നോ ഒരു വണ്ട് വന്ന് പൂവിൽ ഇരിപ്പായി.

വണ്ടിന്റെ ചിറകിന് തിളക്കമുള്ള നീലനിറമായിരുന്നു.

പെട്ടെന്ന് ഊളിയിട്ട് അത് പൂവിനുള്ളിലേക്ക് കയറി.

വണ്ടു പുറത്തേക്കു വരുന്നതും കാത്ത് അമല നിന്നു.

തന്റെ പൂക്കളെയെല്ലാം ഇവൻ നശിപ്പിക്കുമല്ലോ എന്നവൾ ഓർത്തു. ഓരോ ഇതളും പരതി. വണ്ടിനെ കാണാനില്ലായിരുന്നു. തേൻ മുഴുവൻ കുടിച്ച് ആസ്വദിച്ച് അവൻ അടുത്ത പൂവിൽ കയറിയിട്ടുണ്ടാവും.

ഗേറ്റിനു മുകളിലൂടെ പറന്നുവന്ന പത്രം താഴെവീഴുന്ന ശബ്ദം കേട്ടാണ് അവൾ തിരിഞ്ഞു നോക്കിയത്. പത്രമെടുത്ത് വാർത്തകളിലേക്ക് ആകെ കണ്ണോടിച്ചു. പെട്ടെന്ന് അവളുടെ കണ്ണിൽ പെട്ട വാർത്ത ഇങ്ങനെ:

'വിദ്യാർത്ഥിയെ കാമുകൻ പീഡിപ്പിച്ചു.'

വണ്ടും ഇതുതന്നെയാണോ ചെയ്തത്.

അവളെ സ്നേഹിക്കുന്നെന്നുപറഞ്ഞ് അവളുടെ നോട്ട് ബുക്കിൽ 'ഐ ലൗ യു' എന്നെഴുതിവച്ചിരുന്ന അവളുടെ കൂട്ടുകാരനോടും പുച്ഛം തോന്നി. അവളുടെ ഉള്ളിലാകെ

ചിന്തകളുടെ വേലിയേറ്റമായി.

മുഖമാകെ ഇരുണ്ടു.

അവൾ പൂന്തോട്ടത്തിലേക്കു ഓടി.

റോസാപ്പൂക്കളെല്ലാം അടർന്നു വീണിരിക്കുന്നു.

അവൾ നെടുവീർപ്പിടുമ്പോൾ ഒരു വണ്ടു അവൾക്കു ചുറ്റും വട്ടമിട്ട് പറക്കുന്നുണ്ടായിരുന്നു.

സർവ്വശക്തിയും ഉപയോഗിച്ച് അവൾ അതിനെ അടിച്ചു വീഴ്ത്തി.

കാൽ ഉയർത്തി ചവുട്ടി.

വണ്ട് അവളുടെ പാദത്തിൻ കീഴിൽ ചതഞ്ഞരഞ്ഞു.

○○

മൂന്ന്
കഥാന്ത്യം

ഞാൻ പകുതി ഉറക്കത്തിലായിരുന്നു.

എന്റെ വാമഭാഗം എന്നെ വിളിക്കുന്നത് കേൾക്കാമായിരുന്നെങ്കിലും ഇന്ന് ഞായറാഴ്ചയല്ലേ എന്നു മനസ്സിലുറച്ച് കിടക്കുകയായിരുന്നു.

ഇന്നലെ പതിവില്ലാതെ ഒരു കഥ വായിക്കാനായി തന്നിരുന്നു.

അടുക്കളയിൽ കഷ്ടപ്പെടുന്ന സ്ത്രീകളുടെ കഥയായിരുന്നു അത്. അടുക്കള എന്ന മഹാസമുദ്രത്തിൽ ജീവിതം ഹോമിച്ച ശ്യാമളയുടെ കഥ.

വിവാഹജീവിതത്തെ പറ്റി വളരെയധികം സ്വപ്നങ്ങൾ കണ്ടിരുന്നു ശ്യാമള. വെളുത്ത നിറം, മുട്ടോളം നീണ്ട മുടി, വിടർന്ന കണ്ണുകൾ ഇവ അവൾക്കു മിഴിവേകി. തന്റെ ഭർത്താവ് സ്നേഹമുള്ളവനും സത്ഗുണ സമ്പന്നനുമായിരിക്കണമെന്നവൾ ആഗ്രഹിച്ചു. കോളേജ് വിദ്യാഭ്യാസം കഴിഞ്ഞ് വിവാഹം നടന്നു. രാമഭദ്രനെ അച്ഛനമ്മമാർക്ക് ഇഷ്ടപ്പെട്ടു. അവർക്ക് ഇഷ്ടപ്പെടാനുണ്ടായിരുന്ന കാരണം അയാൾക്ക് ഒരു ജോലി ഉണ്ടായിരുന്നു എന്നതാണ്.

പോളിടെക്നിക്കിൽ മെക്കാനിക്കൽ എഞ്ചിനീയറിംഗ് പാസ്സായ ഉടനെ രാമഭദ്രന് ഒരു കമ്പനിയിൽ ജോലി കിട്ടി. വിവാഹം കഴിഞ്ഞ് അയാൾ ശ്യാമളെയും കൊണ്ട് ജോലിസ്ഥലത്തേക്ക് പോയി. അമ്മ നേരത്തെ മരിച്ചതിനാൽ അച്ഛനേയും അയാൾ കൂട്ടി. രാവിലെ എഴുന്നേൽക്കുമ്പോൾ ബഡ് കാപ്പി രണ്ട് പേരുടെയും കിടപ്പുമുറിയിലെ മേശപ്പുറത്തുണ്ടാകണം. വസ്ത്രങ്ങൾ അലക്കി ഇസ്തിരിയിട്ട് കൃത്യമായി നൽകിയിരിക്കണം. സ്വാദിഷ്ടമായ വിഭവങ്ങൾ ഉച്ചയൂണിനുണ്ടായിരിക്കണം. കൃത്യസമയത്തു തന്നെ ഭക്ഷണം ശരിയായിരിക്കണം.

അവരുടെ ഇഷ്ടവും അനിഷ്ടവും ശ്യാമളയെ പിരിമുറുക്കത്തിലെത്തിച്ചു. രാമഭദ്രന്റെയും അച്ഛന്റെയും ഇഷ്ടാനിഷ്ടങ്ങൾ അനുസരിച്ച് അടുക്കളയിലെ ജോലി ക്രമീകരണങ്ങൾ അവൾക്ക് ദുഃസഹമായി. അവളൊരു ചിലന്തിവലയിൽ അകപ്പെട്ട കീടം പോലെയായി. വർഷങ്ങൾ കഴിഞ്ഞു. ഒരു മകൾ ജനിച്ചു. അവളേയും നല്ല വിദ്യാഭ്യാസം നൽകി പഠിപ്പിച്ചു. രാമഭദ്രന്റെ ഒരു സഹായവും അടുക്കളയിൽ ശ്യാമളയ്ക്കു കിട്ടിയിരുന്നില്ല. രാവിലെ മുതൽ അവൾ അടുക്കളയിൽ തന്നെ. അയാൾ നൽകുന്ന ചെറിയ തുകയിൽ നിന്ന് വിട്ടുചെലവും കഴിഞ്ഞ് ബാക്കി രൂപ സ്വരൂപിച്ച് വച്ചാണ് അവൾ മകളെ പഠിപ്പിച്ചത്. നഴ്സിംഗ് കഴിഞ്ഞ് മകൾക്ക് സർക്കാർ സർവ്വീസിൽ തന്നെ ജോലി കിട്ടി. അവൾ തന്നിഷ്ടപ്പെട്ട ഒരു പയ്യനോടൊപ്പം പോയത് ശ്യാമളയുടെ മാനസിക സംഘർഷം വർദ്ധിപ്പിച്ചു. രാമഭദ്രന് ഇതൊന്നും വലിയ പ്രശ്നമായിരുന്നില്ല. ഒരു ഭർത്താവിൽ നിന്നു ലഭിക്കേണ്ട ഒരു സ്നേഹവും സർവ്വംസഹിയായ ശ്യാമളയ്ക്കു കിട്ടിയിരുന്നില്ല. അടുക്കളയിലെ വിറകടുപ്പിൽ അവൾ നന്നെ വെന്തുരുകി. മുഖമാകെ കറുപ്പു നിറം ബാധിച്ചു. ഒരു രോഗം വന്നാൽ പോലും ആശുപത്രിയിൽ കൊണ്ടുപോകാൻ അയാൾ ശ്രദ്ധിച്ചിരുന്നില്ല. ശ്യാമളയുടെ കുഴപ്പങ്ങൾ കൊണ്ടാണ് രോഗങ്ങൾ വരുന്നതെന്ന് അയാൾ വിധിച്ചു. അവൾ ഒരു ക്യാൻസർ രോഗിയാണെന്ന് വളരെ വൈകിയാണറിഞ്ഞത്. 'എന്റെ വിധി' എന്നു പറഞ്ഞ് അവൾ സമാധാനിച്ചു. എങ്കിലും അവളുടെ ഉള്ളിൽ ആളിക്കത്തിക്കൊണ്ടിരുന്ന കോപാഗ്നി ആരും കണ്ടില്ല. അവൾക്ക് എല്ലാറ്റിനോടും വെറുപ്പു തോന്നിതുടങ്ങി.

രാവിലെ ബഡ് കോഫി കിട്ടാൻ വൈകിയപ്പോഴാണ് അയാൾ ശ്യാമളയെ അന്വേഷിക്കാൻ തുടങ്ങിയത്. അയാൾ ഉറക്കെ വിളിച്ചു. എല്ലാമുറികളും കയറിയിറങ്ങി. ശ്യാമളയെ കണ്ടില്ല. ഒടുവിൽ കുളിമുറി തുറന്നുനോക്കുമ്പോൾ രക്തത്തിൽ കുളിച്ചുകിടക്കുന്നതാണ് കണ്ടത്. രാമഭദ്രൻ തട്ടിവിളിച്ചു. അനക്കമില്ല. ഉതിർന്നു വീഴാറായ കണ്ണുനീർത്തുള്ളികൾക്കിടയിലൂടെ അയാൾ ഒന്നെ നോക്കിയുള്ളൂ.

ഈ കഥയാണ് അവൾ വായിക്കാൻ തന്നത്. ഞാനും ഇതുപോലെ തന്നെയല്ലേ എന്നോർത്തുപേയി. ധൃതിപിടിച്ച് എഴുന്നേൽക്കുമ്പോൾ എന്റെ മുൻപിൽ സംഹാര രുദ്രയെപ്പോലെ അവൾ നിൽക്കുന്നു.

"കഥ വായിച്ചോ?" അവളുടെ വിക്ഷുബ്ദമായ ശബ്ദം ഇതുവ

രെ കേട്ടിട്ടില്ല.

"വായിച്ചു." ഞാൻ പറഞ്ഞു.

"ഞാനും ശ്യാമളയെപ്പോലെ ഒരു ദിവസം ആത്മഹത്യചെയ്യും. ഇന്നെനിക്ക് വല്ലാത്ത അസ്വസ്ഥത തോന്നുന്നു. ഇപ്പോൾ സമയം എന്തായി?"

അവളുടെ ശബ്ദത്തിന്റെ ഇടർച്ച എന്നെ വല്ലാതെ തളർത്തി.

ശരിയാണ്. സമയം രാവിലെ 9 മണി കഴിഞ്ഞിരിക്കുന്നു. ദിന കർമ്മൾ ഓർത്തുപോയി. രാവിലെ ഏഴരയ്ക്കു മകൾക്ക് ജോലിക്കു പോകണം. എനിക്കും അവർക്കും പ്രഭാതഭക്ഷണമൊരുക്കണം. ഉച്ചയൂണിന് വിഭവങ്ങളൊരുക്കി പാത്രത്തിലാക്കണം. പേരക്കുട്ടിയെ യൂണിഫോമിട്ട് സ്കൂൾ ബസ്സിൽ കയറ്റിവിടണം. ഇതെല്ലാം അവളല്ലേ ചെയ്യുന്നത്. അടുക്കളയിൽ രാവിലെ കുച്ചിപ്പുടിയും ഭരതനാട്യവുമോക്കെ നടക്കുമ്പോൾ ഞാൻ ഉറക്കത്തിലോ പത്രവായനയിലോ ആയിരിക്കും. ഒരു സഹായവും എന്നിൽ നിന്നുണ്ടാകാറില്ലെന്നോർത്തപ്പോൾ മനസ്സ് വ്യാകുലപ്പെട്ടു. അവളില്ലാത്ത ഒരു ദിവസത്തെ പറ്റിപോലും ചിന്തിക്കാൻ കഴിയില്ല.

സനേഹം പ്രകടിപ്പിക്കാൻ കഴിഞ്ഞില്ലല്ലോ എന്നോർത്തപ്പോൾ കണ്ണിൽ നനവുണ്ടായി.

ഞാൻ അവളുടെ തോളിൽ തലോടി കൊണ്ടു പറഞ്ഞു, "ആ കഥ എന്നെയും ചിന്തിപ്പിച്ചു. ഇനി മുതൽ നിന്റെ ജോലി നമുക്കു രണ്ടു പേർക്കുമായി പങ്കിടാം. നിന്നോടൊപ്പം ഞാനും ഇന്നുമുതൽ അടുക്കളയിൽ ഉണ്ടാകും. പാത്രങ്ങൾ ഞാൻ വൃത്തിയാക്കും. അതല്ലേ എനിക്കറിയൂ."

ഇതുകേട്ട് അവൾ സൗമ്യമായി പറഞ്ഞു.

"ചായ കുടിച്ചാൽ ഗ്ളാസു പോലും കഴുകിവയ്ക്കാത്ത ആളാണോ ഈ പറയുന്നത്. വേണ്ട നല്ല ഒരു വാക്കു മാത്രം പറഞ്ഞാൽ മതി." ശരിയാണ് എന്തിനും ഉപ്പില്ല, എരിയില്ല, സ്വാദില്ല എന്നൊക്കെയല്ലേ ഞാൻ പറഞ്ഞിട്ടുള്ളൂ. അവളില്ലാതിരുന്ന ഒരു ദിവസത്തെ കഷ്ടപ്പാട് എനിക്കറിയാം. പാചക കലയിലെ അജ്ഞതമൂലം പരാജയപ്പെട്ട് അവസാനം ഹോട്ടലിൽ പോയി ഭക്ഷണം കഴിക്കേണ്ടിവന്നു.

"ശ്യാമളേ..." തമാശയായി ഇടറിയ സ്വരത്തിൽ വിളിച്ചു.

"അല്ല അതു കഥയിലല്ലേ ശ്യാമള? എന്റെ പേരും മറന്നോ?"

"നീയും ആ ശ്യാമള തന്നെ?"

അവൾ ക്ഷുഭിതയായി.

"ഞങ്ങളുടെ ജോലിക്ക് ഒരു വിലയുമില്ലല്ലോ ഞങ്ങളോ തൊഴിലില്ലാത്തവരുടെ പട്ടികയിലും. ജോലി ചെയ്ത് ഞാൻ മടുത്തു. കുട്ടികളെ ഓർത്തുമാത്രമാണ് ജീവിക്കുന്നത്."

അവൾ ഇതുപറയുമ്പോൾ ഞാൻ ഞെട്ടിപ്പോയി.

ശരിയാണ് എന്നെ ആ കഥ കൂടുതൽ ചിന്തിപ്പിച്ചു.

എന്റെ സ്വഭാവത്തിൽ മാറ്റം വരുത്തുവാൻ ദൃഢപ്രതിജ്ഞ ചെയ്തു. നാളെ വേണ്ട. ഇന്നുതന്നെ തുടങ്ങിക്കളയാം എന്ന് മനസ്സിലുറച്ച് ഞാൻ അടുക്കളയിലേക്കു കയറുമ്പോൾ അവൾ പൊട്ടിച്ചിരിക്കുന്നുണ്ടായിരുന്നു.

നാല്

വിധി

ദിനകരൻ ദിവസവും രാവിലെ ആറു മണിക്കു മുൻപായി ഉണരും. കതകുതുറന്നു പുറത്തുപോയി മൂത്രമൊഴിക്കും. പിന്നീട് പൂട്ടുതുറന്നു ഗേറ്റിന്റെ ഒരു പാളി തുറന്നിടും. ഇല്ലെങ്കിൽ പത്രക്കാരൻ പയ്യൻ പത്രം പറത്തി എവിടെയെങ്കിലും ഇടും. ഗേറ്റു തുറന്നിട്ടാൽ പത്രം സിറ്റൗട്ടിൽ കൊണ്ടിടും. അല്പനേരം പ്രഭാതസൗന്ദര്യം ആസ്വദിക്കും. ഇടതൂർന്ന മരങ്ങൾക്കിടയിലൂടെ സ്വർണ്ണ തിളക്കമുള്ള മേഘങ്ങൾ കാണാം. കുളിർമ്മയുള്ള കാറ്റ്. ഗേറ്റ് തുറന്നാൽ റോഡാണ്. പ്രഭാതസവാരിക്കാർ ഒരു നമസ്തേ പറയും. പ്രഭാതസവാരിക്കാരെയെല്ലാം ദിനകരന് പരിചയമാണ്.

ദിനകരനും അമ്മയും മൂത്തസഹോദരിയുമാണ് വീട്ടിൽ ഉള്ളത്. മൂത്ത സഹോദരി സുലോചനയെ അയച്ചത് മലയോര ദേശത്തായിരുന്നു. ഒരു മലമുകളിലായിരുന്നു വീട്. വിവാഹം കഴിഞ്ഞ് അവൾ നേരിടേണ്ടി വന്ന പ്രയാസങ്ങൾ ചെറുതല്ല. സുലോചനയുടെ അമ്മ മരിച്ച ശേഷം അച്ഛൻ മറ്റൊരു വിവാഹം കഴിച്ചു. ഭർത്താവ് ബലഭദ്രന് രണ്ടു അനുജന്മാരും അനുജത്തിമാരും ഉണ്ടായിരുന്നു. ബലഭദ്രന്റെ അമ്മ കോമള രണ്ടു കിഡ്നിയും തകരാറിലായി ചികിത്സയിലായിരുന്നു. ഒരു മാസത്തോളം ആശുപത്രിയിൽ കഴിയേണ്ടിവന്നു. വളരെ പെട്ടെന്ന് നില വഷളായി അന്ത്യം സംഭവിക്കുകയാണുണ്ടായത്. ഒരുവർഷം കഴിഞ്ഞപ്പോഴാണ് ബലഭദ്രന്റെ അച്ഛൻ കാർത്തുവിനെ വിവാഹം കഴിച്ചത്. കോമളം മരിക്കുമ്പോൾ ബലഭദ്രന് എട്ടു വയസ്സായിരുന്നു. രണ്ടാനമ്മയുടെ മക്കളായിരുന്നു സഹോദരങ്ങൾ. അയാൾക്ക് ആ വീട്ടിൽ വലിയ സ്ഥാനമുണ്ടായിരുന്നില്ല. സുലോചനയും ആ വീട്ടിൽ ഒരു അഭയാർത്ഥിയെപ്പോലെ ആയിരുന്നു. അവളുടെ വിവാഹം കഴിഞ്ഞ് ഭർതൃവീട്ടി

ലെത്തി മൂന്നാം നാൾ അവളുടെ ആഭരണങ്ങൾ രണ്ടാനമ്മ വാങ്ങി അവരുടെ അലമാരയിൽ സൂക്ഷിച്ചു. സുലോചനയ്ക്ക് അത് സഹിക്കാൻ കഴിഞ്ഞില്ല. ബലഭദ്രൻ നിസ്സഹായനായി നിന്നതേയുള്ളു. അയാൾ ഇടയ്ക്കിടെ മദ്യപിക്കുമായിരുന്നു. വീട്ടിലെ പ്രശ്നങ്ങളാണ് മദ്യപാനത്തിനു കാരണമെന്ന് അയാൾ സുഹൃത്തുക്കളോടു പറയുമായിരുന്നു. സുലോചന മദ്യപാനത്തെ എതിർത്തു. അയാളുടെ മദ്യപാനം നിറുത്തുന്നതിനായി സുലോചനയുടെ നിർബന്ധപ്രകാരം ആശുപത്രിയിൽ ചികിത്സ തേടി. ചികിത്സ കഴിഞ്ഞ് വീട്ടിലെത്തി. ഇനിയും മദ്യപിച്ചാൽ മരണം വരെ ഉണ്ടാകാമെന്നു ഡോക്ടർ ഉപദേശിച്ചിരുന്നു. ഒരാഴ്ച കുഴപ്പമില്ലാതെ പോയി. ഒരു ദിവസം അമിതമായി മദ്യപിച്ച് വീട്ടിൽ വന്ന് അയാൾ ഒരു ഭ്രാന്തനെപ്പോലെ പെരുമാറി. എല്ലാവരുടെയും മുന്നിൽ വച്ച് അയാൾ സുലോചനയെ കഠിനമായി ഉപദ്രവിച്ചു. 'ഇനിയും ആശുപത്രിയിൽ കൊണ്ടുപോകുമോ' എന്നു ചോദിച്ചായിരുന്നു മർദ്ദനം. രണ്ടാനമ്മ ഇതെല്ലാം നോക്കിനിന്നതേഉള്ളു. അടുത്ത ദിവസം അവൾ സ്വന്തം വീട്ടിലേക്കു പോന്നു. എത്ര നിർബന്ധിച്ചിട്ടും പലർ ഇടപെട്ടിട്ടും സുലോചന പിന്നീട് ഭർതൃവീട്ടിലേക്ക് പോയിട്ടില്ല. തുടർ നടപടികളെല്ലാം നടത്തിയത് ദിനകരനാണ്. കേസ്സു പറഞ്ഞ് കുറച്ചു സ്വർണ്ണമൊക്കെ തിര്യെ വാങ്ങി. ഒരു ലക്ഷം രൂപകൂടി കൊടുത്തിരുന്നു. രണ്ടാനമ്മയുടെ കണക്കിൽ ഒരു ലക്ഷം രൂപ മുങ്ങിപ്പോയി. പിന്നീട് പല വിവാഹാലോചനകൾ വന്നിട്ടും അവൾ അതെല്ലാം നിരസിച്ചു. ഇക്കാരണത്താൽ സുലോചനയുടെ അനിയത്തിയുടെയും ദിനകരന്റെയും വിവാഹം നീണ്ടുപോയി. അനുജത്തിയുടെ വിവാഹം കഴിഞ്ഞിട്ട് ഒരു വർഷമേ ആയുള്ളൂ. പട്ടാളക്കാരനായ ഭർത്താവുമായി അവൾ ജാർഘണ്ഡിൽ കഴിയുന്നു.

"ഞാൻ കണ്ണടയ്ക്കും മുൻപ് നിന്റെ വിവാഹം കാണണമെന്നുണ്ട്." ദിനകരന്റെ അമ്മ എപ്പോഴും ഓർമ്മിപ്പിക്കുമായിരുന്നു. ഡിഗ്രി പാസ്സായശേഷം ദിനകരൻ കമ്പ്യൂട്ടറും പഠിച്ചു. അങ്ങനെ നഗരത്തിലെ പ്രശസ്തമായ ഒരു കടയിൽ അക്കൗണ്ടന്റായി ജോലികിട്ടി. എല്ലാവർക്കും വിശ്വസ്തൻ. സുമുഖനും സൽസ്വഭാവിയുമായ അയാൾ ഒരു പുരോഗമനാശയക്കാരനായിരുന്നു. സത്യസന്ധത, കൃത്യനിഷ്ഠ, ആത്മാർത്ഥത ഇവകൊണ്ട് കടയുടമയ്ക്ക് ദിനകരൻ പ്രിയപ്പെട്ടവനായി.

ഏറ്റവും കൂടുതൽ ശമ്പളം അയാൾക്കായിരുന്നു.

ഒരു ദിവസം ഗേറ്റ് തുറക്കുമ്പോഴാണ് അവൾ ദിനകരന്റെ

കണ്ണിൽ പെട്ടത്. ഇളം റോസ് നിറത്തിലുള്ള ചുരിദാറും വെള്ളഷാളും ചന്ദനക്കുറിയുമണിഞ്ഞ് അവൾ നടന്നടുത്തപ്പോൾ അയാൾ റോഡിലേക്കിറങ്ങിനിന്നു. എവിടേക്കാണവൾ പോകുന്നതെന്ന് അയാൾക്കു മനസ്സിലായില്ല. അമ്മയുടെ വിളികേട്ട് അയാൾ വീടിനുള്ളിലേക്കുപോയി. പാലുവാങ്ങിയോ? എന്ന് അമ്മ ചോദിക്കുമ്പോഴാണ് അയാൾ അക്കാര്യം ഓർത്തത്. പെട്ടെന്ന് ഒരു ഷർട്ടുമെടുത്തിട്ട് അയാൾ പുറത്തേക്കിറങ്ങി.

തൊട്ടടുത്ത് ശിവക്ഷേത്രത്തിനടുത്തുള്ള രാമേട്ടന്റെ കടയിൽ നിന്നാണ് പാൽ വാങ്ങുന്നത്. നിത്യേന അത്ഭുതങ്ങൾ ചൊരിയുന്ന പ്രതിഷ്ഠയുള്ള ക്ഷേത്രമാണത്രേ! ആ വിശ്വാസം ഭക്തരിൽ അടിയുറച്ചത് ക്ഷേത്രകമ്മറ്റിയുടെ നോട്ടീസ്സിലൂടയാണ്. രഘുനാഥൻ വിവാഹം കഴിച്ച് എട്ടു വർഷമായിട്ടും സന്താനഭാഗ്യമുണ്ടായില്ല. കൂലിപ്പണിക്കാരനായ അയാൾ ദിവസവും ദീപാരാധന തൊഴാൻ ക്ഷേത്രത്തിലെത്തും. ഒരു കുഞ്ഞിക്കാലിനായി പ്രാർത്ഥിക്കും. രഘുനാഥന്റെ ഭാര്യയും അമ്മയും അവർക്ക് സമയം കിട്ടുമ്പോൾ ക്ഷേത്രത്തിൽ പോയി പ്രാർത്ഥിക്കും. അങ്ങിനെ രഘുനാഥന് മൂന്നു കുട്ടികൾ പിറന്നു. മൂന്നു പേരുടെയും പ്രാർത്ഥന ദേവൻ കൈക്കൊണ്ടെന്നും അങ്ങിനെയാണ് ഈ അത്ഭുത ജനനം ഉണ്ടായതെന്നുമാണ് ക്ഷേത്രഭാരവാഹികളുടെ പക്ഷം. ഇപ്പോൾ സന്താന ഗോപാലാർച്ചനയ്ക്ക് ക്ഷേത്രത്തിൽ നല്ല തിരക്കാണ്.

ദിനകരൻ പാൽ വാങ്ങാൻ കടയിൽ എത്തിയപ്പോൾ ചുരിദാർ കാരി കർപ്പൂരവും എണ്ണയും ചന്ദനത്തിരിയും വാങ്ങുന്നത് അയാൾ ശ്രദ്ധിച്ചു. ക്ഷേത്രത്തിലേക്കാണവൾ വരുന്നതെന്ന് ഉറപ്പിച്ചു. പാൽ വാങ്ങി വീട്ടിലേക്കു മടങ്ങുമ്പോൾ ചുരിദാർ കാരിയുടെ രൂപം അയാളുടെ മനസ്സിൽ നിറഞ്ഞുനിന്നു. ഇരുണ്ടനിറം, മെലിഞ്ഞശരീരം, ഇരുണ്ട മൂക്ക്, ഉയർന്ന നെറ്റിത്തടം, നിറഞ്ഞമാറിടം, ചുവന്നവലിയ പൊട്ട് അതിനുമുകളിൽ ചന്ദനക്കുറി, തിളക്കമുള്ള കണ്ണുകൾ, അഴകാർന്ന ചിരി, ഐശ്വര്യമുള്ള മുഖം. അയാൾക്ക് അവളെ ആകെ ഇഷ്ടപ്പെട്ടു.

എല്ലാദിവസവും ഗേറ്റുതുറന്ന് അവളെ കാണുവാൻ വേണ്ടി ദിനകരൻ നിൽക്കുമായിരുന്നു. ഒരു ദിവസം വളരെ നേരത്തെതന്നെ കുളിച്ച് ശുഭവസ്ത്രധാരിയായി ഗേറ്റിനുപുറത്തുനിന്നു. ഇന്ന് അവളോടൊപ്പം ക്ഷേത്രത്തിലേക്കു പോവുകതന്നെ എന്നുറപ്പിച്ചു. അവൾ വരുന്നതു കണ്ടപ്പോൾ അയാളുടെ നെഞ്ചിടിപ്പു വർദ്ധിച്ചു. അവളോടൊപ്പം അയാൾ നടന്നു. അവളുടെ പേര് ചോദിച്ചു. 'സൈ

രസ്ഡി'. താമസം അഞ്ഞൂറു വാര അകലെ വാടകവീട്ടിൽ.

അമ്മയും അച്ഛനും മരിച്ചു.

അമ്മാവനോടൊപ്പം താമസം.

ചോദ്യോത്തരങ്ങൾ തുടരുമ്പോൾ ക്ഷേത്രത്തിൽ എത്തിക്കഴിഞ്ഞിരുന്നു.

ദിനകരൻ ഈ യാത്ര പല ദിവസം ആവർത്തിച്ചു.

അയാൾക്ക് അവളോടു തോന്നിയ സ്നേഹം അവൾക്കുണ്ടോ എന്ന് അവളുടെ പെരുമാറ്റത്തിൽ സംശയം ജനിപ്പിച്ചു.

അച്ഛനമ്മമാരില്ലാത്ത കുട്ടിയുടെ ദുഃഖം അവളുടെ മുഖത്ത് പ്രകടമായിരുന്നു.

അമ്മയോട് താൻ സ്നേഹിക്കുന്ന പെൺകുട്ടിയെപറ്റി പറഞ്ഞു.

അമ്മക്കു വളരെ സന്തോഷമായി.

'എനിയ്ക്കവളെ ഒന്നു കാണണമല്ലോ' എന്ന് അമ്മ പറഞ്ഞതനുസരിച്ച് അടുത്ത ദിവസം അമ്മയോടൊപ്പം ദിനകരൻ ഗേറ്റിനു പുറത്തു നിന്നു.

അന്ന് അവളെ കണ്ടില്ല.

ആഴ്ച ഒന്നു കഴിഞ്ഞിട്ടും അവളെ കാണാൻ കഴിഞ്ഞില്ല.

ഒരു ദിവസം നാട്ടുവിശേഷങ്ങളെല്ലാം അറിയുന്ന ജാനു വരുന്നതുകണ്ടു റോഡിൽ തന്നെ നിന്നു. എല്ലാവീടുകളിലും ചെറിയ ചെറിയ ജോലികൾ ചെയ്ത് ജീവിക്കുന്നവളാണ് ജാനു. രണ്ടുകിലോമീറ്ററിനുള്ളിൽ നടക്കുന്ന എല്ലാ വിശേഷങ്ങളും അവൾക്കറിയാം.

ജാനുവിനെക്കണ്ടാലുടൻ പെണ്ണുങ്ങളെല്ലാം ഓടിയടുക്കും.

വിശേഷങ്ങളറിയാൻ. 'നിങ്ങളറിഞ്ഞോ' എന്നു ചോദിച്ചുകൊണ്ട് അവൾ കഥകൾ പറയാൻ തുടങ്ങും. അവൾ ഒരു നോട്ടീസ് തന്നെയായിരുന്നു. ജാനു നടന്ന് അവരുടെ അടുത്തെത്തി.

ദിനകരന്റെ അമ്മ ജാനുവിനോട് എല്ലാം തുറന്നുപറഞ്ഞു.

ജാനുവിന്റെ വാക്കുകൾക്കായി അമ്മ കാതോർത്തു.

ജാനു പറഞ്ഞു. ആ ചുരിദാറിട്ട കുട്ടിയല്ലേ അവളുടെ വിവാഹം കഴിഞ്ഞു. ക്ഷേത്രപൂജാരിയാണ് കെട്ടിയത്. അമ്മയുടെ മുഖം മ്ലാനമായി. ഒന്നും പറയാതെ ദിനകരൻ വീട്ടിനുള്ളിലേക്കു പോയി.

"എല്ലാംവിധി." പിറുപിറുത്തുകൊണ്ട് അമ്മയും നിശബ്ദയായി വീട്ടിലേക്കു നടന്നു.

○○

അഞ്ച്

അടയാളം

വിജനമായ റെയിൽവേ സ്റ്റേഷനിലെ സിമന്റുബെഞ്ചിൽ മയങ്ങിക്കിടക്കുന്ന നിലയിലാണ് ആ കുട്ടിയെ വർഗീസ് മാപ്പിള കണ്ടത്. തിരുവിതാംകൂറിൽ നിന്നും മലബാറിലേക്ക് പറിച്ചുനട്ടയാളാണ് അയാൾ. ആദ്യം വനമേഖലയിലെ അരയേക്കർ സ്ഥലമാണ് സർക്കാരിൽ നിന്നും പതിച്ചുകിട്ടിയത്. ക്രമേണ കൂടുതൽ സ്ഥലങ്ങൾ വാങ്ങി പത്തേക്കറിന്റെ ഉടമയായി. കാപ്പി, ഏലം തുടങ്ങിയ വിളകൾ സമൃദ്ധമായി ആ കൃഷിസ്ഥലത്തുണ്ട്. അദ്ധ്വാനികളായ വർഗ്ഗീസ് മാപ്പിളയും ഭാര്യ മറിയമ്മ ചേട്ടത്തിയ്ക്കും നല്ല കർഷകർക്കുള്ള സമ്മാനങ്ങൾ കിട്ടിയിട്ടുണ്ട്. വിവാഹത്തിനുമുൻപുവരെയുള്ള കഞ്ചാവുപയോഗം അയാളെ ദോഷകരമായി ബാധിച്ചു.

നാലുമക്കൾ ജനിച്ചെങ്കിലും ആദ്യത്തെ രണ്ടും മാംസപിണ്ഡങ്ങളായിരുന്നു. പിന്നീടു പിറന്നവർ അകാലത്തിൽ മരിച്ചു.

കഞ്ചാവിന്റെ അമിതോപയോഗമാണ് ഇങ്ങനെ സംഭവിച്ചതെന്ന് ഡാക്ടർമാരും വിലയിരുത്തി. അദ്ധ്വാനത്തിന്റെ ക്ഷീണമകറ്റാനാണ് കഞ്ചാവുപയോഗിച്ചെതെന്നാണ് വർഗ്ഗീസ് മാപ്പിളയുടെ വിശദീകരണം.

ഇങ്ങിനെയൊക്കെ ആയിരുന്നെങ്കിലും നല്ലൊരു കർഷകനും സ്നേഹസമ്പന്നനുമായിരുന്നു അയാൾ.

മക്കളില്ലാത്ത ദുഃഖം അയാളെ വല്ലാതെ അലട്ടിക്കൊണ്ടിരുന്നു.

അങ്ങനെയിരിക്കെയാണ് ആ കുട്ടി അയാളുടെ ശ്രദ്ധയിൽ പെട്ടത്. അവനെ തട്ടിയുണർത്തി എഴുന്നേൽപ്പിച്ചു.

രണ്ടു ദിവസമായി ആഹാരം കഴിച്ചിട്ടെന്ന് അവനിൽ നിന്നും അയാൾക്കു മനസ്സിലായി. മുഷിഞ്ഞ വേഷം.

പാറിക്കിടക്കുന്ന തലമുടി.

മെലിഞ്ഞ ശരീരം.

ഏകദേശം എട്ടുവയസ്സുതോന്നും.
നല്ല മുഖപ്രസാദമുള്ള കുട്ടി.
വർഗ്ഗീസ് മാപ്പിളയ്ക്ക് അവനോട് എന്തെന്നില്ലാത്ത ഒരു സ്നേഹം തോന്നി.
അയാളുടെ നല്ല മനസ്സിന് അവനെ ഉപേക്ഷിച്ചുപോരാൻ തോന്നിയില്ല.
അയാൾ അവനെക്കൂടി കൂട്ടി നേരേ വീട്ടിലേക്കു പോന്നു.
"മറിയാമ്മോ..." അയാൾ നീട്ടി വിളിച്ചു
"എന്താ ചേട്ടായി." എന്നുറക്കെ ചോദിച്ചുകൊണ്ട് മറിയാമ്മ പുരയ്ക്കുള്ളിൽ നിന്നും ഇറങ്ങിവന്നു ചോദിച്ചു.
"ഇതേതാ ഈ കുട്ടി?"
"നമുക്കൊരു മോനേ കിട്ടി മറിയേ."
അവരുടെ മനോഭാവം എന്തെന്നറിയാൻ വർഗ്ഗീസ് ചെവികൂർപ്പിച്ചു നിന്നു. സംഭവങ്ങളെല്ലാം അവരോടു വിശദീകരിച്ചു.
അവരുടെ മുഖത്ത് സന്തോഷത്തിന്റെ വെളിച്ചം പരന്നത് അയാൾക്ക് ആശ്വാസമായി. അവന്റെ പേരെന്താണന്നോ, അവൻ ഏതുമതക്കാരനാണന്നോ അറിയില്ലായിരുന്നു. മറിയാമ്മ ചേട്ടത്തി അവനെ കുളിപ്പിച്ച് ഭക്ഷണം നൽകിയപ്പോഴേക്കും വർഗ്ഗീസ് മാപ്പിള അടുത്തുള്ള തുണിക്കടയിൽ പോയി അവന് പുതുവസ്ത്രങ്ങൾ വാങ്ങി അണിയിച്ചു. എന്തോ ഒരമ്പരപ്പ് അവനിൽ ദൃശ്യമായിരുന്നു.
ചേട്ടായിക്കൊരു മോനെ കിട്ടിയെന്ന് മൂസാക്കയുടെ കടയിൽ പാട്ടായി. നാട്ടുകാർ വർഗ്ഗീസ് മാപ്പിളയെ ചേട്ടായി എന്നാണ് സ്നേഹത്തോടെ വിളിച്ചിരുന്നത്.
"മോനേ ഇനിമുതൽ നീ ഞങ്ങളുടെ മകനാണ്." അവനെ തലോടിക്കൊണ്ട് വർഗ്ഗീസ് മാപ്പിള പറയുമ്പോൾ അവന്റെ കണ്ണു നിറഞ്ഞിരുന്നു. മറിയാമ്മ ചേട്ടത്തി അവന്റെ കവിളിലും നെറുകയിലും മുത്തം വച്ചു. മാമോദീസയുമൊന്നുമില്ലാതെ തന്നെ വർഗ്ഗീസ് മാപ്പിള അവനെ വിളിച്ചു, "ജോസഫേ... ഇവനെ പഠിപ്പിച്ച് വലിയവനാക്കണം."
മറിയാമ്മയോട് ഇതുപറയുമ്പോൾ അവരും 'ശരിയാ' എന്നു പറഞ്ഞു. അങ്ങിനെ അവനെ സ്കൂളിൽ ചേർത്തു.
ജോസഫ് പഠിക്കാൻ സമർത്ഥനായിരുന്നു. അദ്ധ്യാപകർക്ക് അവനോട് അളവറ്റ സ്നേഹം തോന്നി. സൂര്യന്റെ ഉദയാസ്തമയങ്ങൾ പലതും കഴിഞ്ഞു. ജോസഫ് കമ്പ്യൂട്ടർ സയൻസ് ആൻഡ്

ഇലക്ട്രോണിക്സിൽ ബിരുദാനന്തരബിരുദം നേടി. വർഗ്ഗീസ് മാപ്പിളയുടെ ഒരു ബന്ധുവിനോടൊപ്പം ദുബായിലേക്കു പറന്നു. ഒരു കമ്പനിയിൽ അസിസ്റ്റന്റ് മാനേജറായി ജോലികിട്ടി. 8 വർഷം കഴിഞ്ഞപ്പോൾ അവൻ കമ്പനിയുടെ എം.ഡി. ആയി.

സ്നേഹസമ്പന്നനായ വർഗ്ഗീസ് മാപ്പിളയെപോലെ അവനും സ്നേഹസമ്പന്നനായിരുന്നു. എല്ലാവരേയും സ്നേഹിക്കാനും സഹായിക്കാനുമുള്ള അവന്റെ മനസ്സ് സുഹൃത്തുക്കളുടെ പ്രശംസ പിടിച്ചുപറ്റിയിരുന്നു. തിരിച്ചുകിട്ടുമെന്ന ചിന്തയില്ലാതെ തന്നെ അത്യാവശ്യക്കാർക്ക് പണം നൽകി അവൻ സഹായിക്കുമായിരുന്നു. താൻ വെറുമൊരു ഉപകരണമാണെന്നും ദൈവം തന്നെക്കൊണ്ട് ചെയ്യിക്കുകയാണെന്നുമായിരുന്നു ജോസഫ് സുഹൃത്തുക്കളോട് പറഞ്ഞിരുന്നത്.

കോവിഡ് പോസിറ്റീവായി ജോസഫിനെ ദുബായിലെ ഒരു ഐസൊലേഷൻ സെന്ററിൽ ഒരു പ്രത്യേക മുറിയിൽ പ്രവേശിപ്പിച്ചു. അവിടെ അപ്പോൾ പാകിസ്ഥാനിയായ ഒരാളുമുണ്ടായിരുന്നു. ഇവർ രണ്ടു രാജ്യക്കാർ. കഴിയുന്നത് മൂന്നാമതൊരു രാജ്യത്ത്. രണ്ടു ഭാഷക്കാർ. മലയാളവും ഉറുദുവും. വേഷത്തിലും ഭക്ഷണ രീതിയിലും രണ്ടു തരക്കാർ. സുമുഖനായിരുന്നു ജോസഫ്. ഒരു സ്ഥാപനത്തിന്റെ എം.ഡി., മറ്റയാൾ ഒരു നിർമ്മാണ തൊഴിലാളിയായ അയൂബ്ഖാൻ. അയൂബ്ഖാനാകട്ടെ കറുത്തു മെലിഞ്ഞ് താടിരോമങ്ങൾ നീട്ടിവളർത്തിയ കാണാൻ സുന്ദരനല്ലാത്ത ഒരാൾ. പക്ഷെ ആ നിരീക്ഷണകേന്ദ്രത്തിലെ കൊച്ചുമുറിയിൽ സൗഹൃദത്തിന്റെ നടപ്പാലം തീർത്തു അവർ. ആദ്യമാദ്യം ആയൂബിന്റെ ഉള്ളിന്റെയുള്ളിൽ അന്തരത്തിന്റെ വിടവുണ്ടായിരുന്നു. ക്രമേണ അതുമാറി. ജോലിയിലെ അന്തരം അവരെ അകറ്റിയില്ല. ഒരു മൊബൈൽ ഫോൺ കൊണ്ട് സൗഹൃദത്തിന് ഒരടയാളമുണ്ടാക്കി. ചെറിയൊരു ബട്ടൺ ഫോണാണ് ആയൂബിനുണ്ടായിരുന്നത്. ജോസഫിന്റെ കയ്യിൽ രണ്ടു സ്മാർട്ട് ഫോണുകളുണ്ടായിരുന്നു. ദുബായിൽ കോവിഡ് രജിസ്ട്രേഷനും രോഗചികിസയ്ക്കും സ്മാർട്ട് ഫോൺ നിർബന്ധമായിരുന്നു. സ്മാർട്ട്ഫോണിലൂടെ ജോസഫ് വീട്ടുകാരെ വിളിച്ച് കുശലാന്വേഷണം നടത്തുമ്പോൾ അയൂബിന്റെ കണ്ണുകൾ നിറയുന്നുണ്ടായിരുന്നു തനിക്ക് സ്മാർട്ട്ഫോൺ ഇല്ലാത്തതിനാൽ വീട്ടിലേക്കു ബന്ധപ്പെടാൻ കഴിയുന്നില്ലെന്ന് പറഞ്ഞപ്പോൾ ജോസഫിന് സഹിക്കാൻ കഴിഞ്ഞില്ല. ദുബായിലെത്തിയശേഷം അറബിയും ഉറുദുവുമൊക്കെ വശമാക്കിയിരുന്നതിനാൽ അയൂബ് പറ

യുന്നത് മനസ്സിലാക്കാൻ പ്രയാസമുണ്ടായിരുന്നില്ല. ജോസഫ് ഒരു സ്മാർട്ട് ഫോൺ അയൂബിന് കൈമാറി. ഓരോ ദിവസവും അവരുടെ സൗഹൃദം വളർന്നു വന്നു. ആ കൊച്ചുമുറിയിൽ കഥകൾ പറഞ്ഞും പരസ്പര വിശേഷങ്ങൾ പറഞ്ഞും അവർ സമയം ചെലവഴിച്ചു.

ഒരു കിടക്കമുറി, രണ്ടു കിടക്ക. ടോയ്‌ലറ്റ് അറ്റാച്ച്ഡ്.

ഒരു അടുക്കള ഇതായിരുന്നു അവരുടെ മുറി.

ഭക്ഷണസാധനങ്ങൾ കൃത്യമായി അവിടെ എത്തിക്കൊണ്ടിരുന്നു. ചിലപ്പോഴൊക്കെ സ്വയം പാകം ചെയ്തും അവർ ഭക്ഷണമുണ്ടാക്കി. രാത്രിയിൽ കിടക്കയിൽ കിടന്നുകൊണ്ട് കുറേനേരം കഥകൾ പറഞ്ഞു പറഞ്ഞായിരുന്നു അവരുടെ ഉറക്കം. അയൂബ് തന്റെ കഥ പറഞ്ഞു.

അയൂബിന്റെ വളരെ ചെറുപ്പത്തിൽ പിതാവ് അഫ്ഗാനിസ്ഥാനിലേക്ക് പോയതാണ്.

ഐഎസ്സിൽ ചേർന്നു എന്നാണ് അറിയാൻ കഴിഞ്ഞത്.

വളരെ ക്രൂരനായിരുന്നു അയാൾ.

അയൂബിനേയും അമ്മയേയും കഠിനമായി ഉപദ്രവിക്കുമായിരുന്നു. അമ്മയെ ഉപദ്രവിക്കുമ്പോൾ അയൂബിന് നോക്കി നിൽക്കാനേ കഴിഞ്ഞിട്ടുള്ളു.

അച്ഛനോടുള്ള വെറുപ്പ് അയൂബിൽ കൂടി കൂടി വന്നതേയുള്ളു. പിതാവ് പോയശേഷം അയൂബും അമ്മയും മാത്രമായി. വളരെക്കാലം പാകിസ്ഥാനിൽ അലഞ്ഞുതിരിഞ്ഞു ജോലിചെയ്തു.

അമ്മ രോഗബാധിതയായി.

അമ്മയുടെ നിർബന്ധ പ്രകാരം വിവാഹം ചെയ്യേണ്ടി വന്നു.

ചികിത്സിക്കാൻ പണമില്ലാതെ പലരോടും പണം കടം വാങ്ങി.

കടക്കാർ പണം തിരികെ ആവശ്യപ്പെട്ടു തുടങ്ങിയപ്പോൾ നാട്ടിൽ നിൽക്കാൻ പറ്റാത്ത അവസ്ഥയായി. ഭാര്യയേയും മക്കളേയും ഓർത്തപ്പോൾ ആത്മഹത്യ ചെയ്യാൻ തോന്നിയില്ല.

അയൂബിന്റെ ദയനീയാവസ്ഥ മനസ്സിലാക്കിയ ഒരു അയൽവാസിയാണ് അയാൾക്കൊപ്പം അയൂബിനെക്കൂടി ദുബായിലേക്ക് കൊണ്ടുവന്നത്.

അയാൾ ജോലിചെയ്യുന്ന കെട്ടിട നിർമ്മാണ കമ്പിനിയിലെ ഒരു നിർമ്മാണ തൊഴിലാളിയായി അയൂബിനെക്കൂടി നിയോഗിച്ചു. വീട്ടിലേക്ക് അയൂബ് എല്ലാ മാസവും പണം അയച്ചുകൊണ്ടിരുന്നു. അമ്മയുടെ സ്ഥിതിയും മെച്ചപ്പെട്ടിട്ടുണ്ട്.

കോവിഡ് ബാധിതനായ വിവരം അയാൾ കുടുംബത്തെ അറിയിച്ചിട്ടില്ല.

അയൂബിന്റെ കഥ കേട്ട് ജോസഫിന്റെ കണ്ണു നിറഞ്ഞു.

എത്രയോ രാവും പകലും കഴിഞ്ഞിരിക്കുന്നു.

ഫലം നെഗറ്റീവ് ആയി ജോസഫ് ഐസൊലേഷൻ വാർഡ് വിടുന്നെന്നറിഞ്ഞപ്പോൾ അയൂബിന് സങ്കടം സഹിക്കാനായില്ല. താനാണ് ആദ്യം വന്നതെങ്കിലും ആദ്യം രോഗമുക്തിനേടിയത് ജോസഫായത് എന്താണെന്ന് അയൂബ് ആലോചിച്ചു.

അയാൾ സിം ഊരിമാറ്റി സ്മാർട്ട് ഫോൺ ജോസഫിനു നീട്ടി.

എന്നാൽ ഫോൺ സുഹൃത്തിനു സമ്മാനിച്ച് അയാൾ യാത്ര പറഞ്ഞു.

ഫലം ഇനിയും നെഗറ്റീവ് ആകാത്ത അയൂബിനെ ആശ്വസിപ്പിക്കാൻ എന്നും മുടങ്ങാതെ ജോസഫിന്റെ വിളിയെത്തും. സ്നേഹവും ശുഭചിന്തയും മാത്രമുള്ളസുഹൃത്തിനെ അയൂബും എന്നും വിളിക്കുമായിരുന്നു.

അയൂബിന്റെ മനസ്സിൽ പല ചിന്തകളും മുളച്ചുപൊങ്ങി.

"രോഗം മാറി നാട്ടിലേക്കു പോകണം. പ്രിയ സുഹൃത്ത് ജോസഫിനെ പറ്റി എല്ലാവരോടും പറയണം. സൗഹൃദ അടയാളമായ ഫോണിനു പകരം മറ്റൊരു ഫോൺ വാങ്ങി ജോസഫിനു നൽകണം."

അയൂബ് അങ്ങനെ ചിന്തിച്ചിരിക്കുമ്പോൾ ആരോ ഡോറിൽ മുട്ടുന്ന ശബ്ദം കേട്ടു.

കതകുതുറന്നു നോക്കുമ്പോൾ ആരോഗ്യപ്രവർത്തകർ.

നെഗറ്റീവ് സർട്ടിഫിക്കറ്റ് കൈപ്പറ്റുമ്പോൾ അയൂബിന്റെ മനസ്സിൽ സന്തോഷത്തിന്റെ പൂത്തിരികത്തി.

പെട്ടെന്ന് ഫോണെടുത്ത് ജോസഫിനെ വിളിച്ചു.

പിന്നെ വീട്ടിലേക്കും.

അയൂബിന്റെ കയ്യിൽ സൗഹൃദത്തിന്റെ അടയാളമായ ആ സ്മാർട്ട് ഫോണിലെ ഫ്ളാഷ് ലൈറ്റ് പ്രകാശം ചൊരിഞ്ഞു കൊണ്ടിരുന്നു.

OO

ആറ്
കാളിയമ്മ

കാളിയമ്മ മരിച്ചു. 110 വയസ്സായിരുന്നു. ഒരു പല്ലു പോലും കൊഴിഞ്ഞു പോയിട്ടില്ല. വെറ്റില മുറുക്കുമാത്രമായിരുന്നു ഒരു ശീലമായി ഉണ്ടായിരുന്നത്. കമുകിൻപാള ചെറുതായി മുറിച്ചെടുത്തതായിരുന്നു വെറ്റില ചെല്ലം, വെറ്റില, പാക്ക് വളരെ കനം കുറച്ച് അരിഞ്ഞത്, ചെറുതായി അരിഞ്ഞ മണമുള്ള പുകയില, ഏലയ്ക്ക, ചുണ്ണാമ്പ് എല്ലാം എപ്പോഴും ആ പൊതിയിൽ കാണും. മണമുള്ള പുകയിലകൂട്ടേ ഉപയോഗിക്കൂ.

പല്ലുകളിൽ അവിടവിടെ വെറ്റില കറയുടെ പാടുകൾ കാണാം. ചുവന്നു തുടുത്ത നിറം, ഏഴ് ചുവന്ന കല്ലുകളുള്ള വലിയ കമ്മൽ ധരിച്ച് വെറ്റില മുറുക്കി ഒരു ഒറ്റമുണ്ടും റൗക്കയുമണിഞ്ഞ് ആരെയും കൂസാതെ വിശാലമായ വയൽ വരമ്പിലൂടെ നടന്നുപോകുന്ന സാമാന്യം വണ്ണമുള്ള, അഞ്ചര അടി ഉയരമുള്ള കാളിയമ്മയാണ് എല്ലാവരുടേയും മനസ്സിൽ. സ്വന്തം നാട്ടിൽ മാത്രമല്ല സമീപസ്ഥലത്തും അറിയപ്പെടുന്ന ആളായിരുന്നു കാളിയമ്മ. അവരുടെ കയ്യിൽ പിറന്നു വീണ പലർക്കും 80 മുതൽ താഴോട്ടു പ്രായം.

കാളിയമ്മയുടെ അമ്മ ഭഗീരഥി അറിയപ്പെടുന്ന വയറ്റാട്ടിയായിരുന്നു. പതിനഞ്ചു വയസ്സുമുതൽ കാളി അമ്മയോടൊപ്പം കൂടി. പണ്ട് പ്രസവങ്ങളെല്ലാം വീട്ടിൽ തന്നെ ആയിരുന്നല്ലോ. ഇപ്പോൾ പെൺകുട്ടികൾക്ക് പ്രസവം ഒരു വലിയ ഭാരമായി മാറിയിട്ടുണ്ട്. വേദന സഹിക്കുവാനുള്ള മനസ്സ് നഷ്ടപ്പെട്ടിരിക്കുന്നു.

പ്രസവം എന്നത് പുണ്യം നിറഞ്ഞ മഹത്തായ പ്രക്രിയതന്നെന്നാണ് കാളിയമ്മയുടെ ഭാഷ്യം. ചെടികളിൽ പൂക്കൾ വിരിയുന്നതുപോലെ. പ്രസവവേദന എന്തെന്നറിയാത്ത പെണ്ണുങ്ങൾ പെണ്ണല്ലന്നായിരുന്നു അവരുടെ അഭിപ്രായം. സിസ്സേറിയൻ (കാളിയമ്മയുടെ ഭാഷയിൽ 'ചീത്തേറിയൻ') മതി എന്ന് ഡാക്ടറോട് നിർദ്ദേ

ശിക്കാൻ ഇപ്പോഴത്തെ പെൺതലമുറയ്ക്കു ഒട്ടും മടിയില്ല.

ഇതിനായി ഒരു മാസം മുൻപേ ആശുപത്രിയിൽ അഡ്മിറ്റാകും. കാളിയുടെ ആദ്യപ്രസവത്തിന്റെ വിശദീകരണം ഇങ്ങിനെ.

"വീട്ടിലെ സകല ജോലിയും കഴിഞ്ഞ് രാത്രി എട്ടുമണിയോടടുത്ത് ആഹാരവും കഴിഞ്ഞ് കിടന്ന് ഒന്നു മയങ്ങുമ്പോഴാണ് പ്രസവവേദന തുടങ്ങിയത്. അമ്മയോടു വിവരം പറഞ്ഞു. അമ്മ വന്നപ്പോഴേക്കും ദാ കിടക്കുന്നു. മുറിക്കിതുപ്പിയപോലെ."

എവിടെ പ്രസവം എടുക്കാൻ ചെന്നാലും ഇത്തരം കഥകൾ ധാരാളം.ഭാഗീരഥിക്ക് പത്തുമക്കളായിരുന്നു. ആറാണും നാലുപെണ്ണും. കാളി ഏറ്റവും ഇളയവൾ. മൂത്തവൻ ശേഖരൻ. രണ്ടാമൻ ശ്രീരാമൻ. രണ്ടുപേരും പട്ടാളത്തിൽ. മറ്റു ആൺമക്കൾ തൊഴിലന്വേഷിച്ച് പല സംസ്ഥാങ്ങളിലായി ചേക്കേറി. പെൺമക്കളെലാം കാളിയമ്മയെ പോലെ സുന്ദരികളായിരുന്നു. മറ്റു മക്കളെയെല്ലാം നല്ല നിലയിൽ വിവാഹം ചെയ്തയച്ചു. കാളിമാത്രം ഭഗീരഥിക്കൊപ്പമായിരുന്നു താമസം. കാളിയെ ഗർഭിണിയായിരിക്കുമ്പോഴാണ് ഭഗീരഥിയുടെ ഭർത്താവ് ഗോപാലൻ മരിക്കുന്നത്. വിഷം കഴിച്ചുമരിച്ചെന്നാണ് നാട്ടുവർത്തമാനം. നാട്ടു പ്രമാണിയായിരുന്ന കേശവകുറുപ്പിന്റെ ചെലവിലാണ് മരണാനന്തരചടങ്ങുകളെല്ലാം നടന്നത്. ഗോപാലൻ കേശവകുറുപ്പിന്റെ കാര്യസ്ഥനായിരുന്നു. കേശവകുറുപ്പ് ഭാര്യ മരിച്ച ശേഷം ഒറ്റയ്ക്കായിരുന്നു താമസം. ഭഗീരഥിയായിരുന്നു ഭക്ഷണമെല്ലാം ഉണ്ടാക്കി അയാൾക്കു കൊടുത്തിരുന്നത്. അയാൾക്ക് ഭഗീരഥിയോടു അതിയായ പ്രണയമായിരുന്നു. ഭഗീരഥിക്കും. അവരുടെ പ്രണയം ഊർജ്ജമായി അവരുടെ ശരീരത്തിലേക്കു പകർന്നുകൊണ്ടിരുന്നു. ഉരഗത്തെപ്പോലെ കെട്ടുപിണഞ്ഞു കിടന്നു. ഭഗീരഥിക്ക് വേണ്ട എല്ലാ സാമ്പത്തിക സഹായങ്ങളും ഗോപാലൻ അറിയാതെ തന്നെ അയാൾ ചെയ്യുമായിരുന്നു.

ഭാഗീരഥി കാളിയെ ഗർഭം ധരിച്ചതുമുതൽ നാട്ടുകാർ ഓരോന്നു പറഞ്ഞു തുടങ്ങി. കാരണം കാളിയുടെ ചേച്ചി മാലതിക്ക് 15 വയസ്സായിരിക്കുന്നു. കേശവകുറുപ്പുനൽകിയ സൗഭാഗ്യം വേണ്ടന്നു വയ്ക്കുവാൻ ഗോപാലൻ പറഞ്ഞെങ്കിലും ഭഗീരഥി ചെവിക്കൊണ്ടില്ല. അങ്ങനെ ഒരു പെൺകുട്ടി പിറന്നു. കാളിയെന്ന പേരുതന്നെ വേണമെന്നു അവർക്കു നിർബന്ധമായിരിന്നു. കേശവകുറുപ്പിന്റെ മകളുടെ പേരും കാളിപ്പെണ്ണ് എന്നായിരുന്നു. അയാളുടെ മകളാണ് കാളിയമ്മ എന്നുറപ്പിക്കുവാൻ നാട്ടുകാർക്ക് ഇത് ഒരു കാരണമായി. കാളിക്കു മൂന്നു മക്കളായിരുന്നു. രണ്ടാണും ഒരു പെണ്ണും.

പെണ്ണ് ഒരു തമിഴനോടൊപ്പം പോയി. പാത്രക്കച്ചവടക്കാരനായിരുന്നു തമിഴൻ. കാളി പ്രസവമെടുക്കാൻ പോയ ഒരു ദിവസമായിരുന്നു അത് സംഭവിച്ചത്. അവളെപ്പറ്റി പിന്നീട് ഒരു വിവിരവുമില്ല.

രണ്ടാൺമക്കളിൽ മൂത്തവൻ സതീശൻ.

പട്ടാളക്കാരൻ. അവൻ അതിർത്തിയിൽ സേവനത്തിലിരിക്കെ ഒരു നേപ്പാളി പെൺകുട്ടിയെ വിവാഹം ചെയ്തു. പിന്നീടവൻ നാട്ടിലേക്കു വന്നിട്ടില്ല. ജീവിച്ചിരിപ്പുണ്ടോ ഇല്ലയോ എന്നു പോലും അറിയില്ല. രണ്ടാമൻ ഗണേശൻ. പലചരക്കുകച്ചവടം. അവനോടൊപ്പമായിരുന്നു കാളിയുടെ താമസം. ഗണേശനെ സഹായിക്കാൻ അയാളുടെ ഭാര്യയുമുണ്ടാകും. എന്തുജോലി ചെയ്യുന്നതിനും ഒരു മടിയുമില്ലായിരുന്നു കാളിക്ക്. മകനും ഭാര്യയും കടയിലായിരുക്കുമ്പോൾ വീട്ടുകാര്യങ്ങളെല്ലാം കാളിയാണ് നോക്കിയിരുന്നത്. എത്ര വിഷമം പിടിച്ച പ്രസവവും നിസ്സാരമായി കൈകാര്യം ചെയ്യാൻ കാളിയമ്മയ്ക്കറിയാമായിരുന്നു. ഗർഭിണിയുടെ വയറ്റിൽ തടവി നോക്കുമ്പോൾ കുട്ടിയുടെ കിടപ്പെങ്ങിനെയെന്ന് കിറുകൃത്യം പറയും. കിടപ്പു ശരിയല്ലെന്നു കണ്ടാൽ തടവിയും തൂത്തും ശരിയാക്കും. തൊട്ടടുത്ത പി.എച്ച്. സെന്ററിൽ മിക്കവാറും അവരെ കൂട്ടിക്കൊണ്ടുപോകാറുണ്ട്.

ഒരു ഗൈനക്കോളജിസ്റ്റും അവരോടൊപ്പം വരില്ലെന്നാണ് നാട്ടുകാർ സാക്ഷ്യപ്പെടുത്തുന്നത്. എൺപതുവയസ്സുവരെ കാളിയമ്മയുടെ സ്തുത്യർഹസേവനം ആ നാട്ടിലുണ്ടായിരുന്നു. ഇംഗ്ളീഷ് പഠിച്ചിട്ടില്ലാത്ത കാളിക്ക് സംസാരത്തിനിടയിൽ ചില ഇംഗ്ലീഷ് പദങ്ങൾ കടന്നുവരും. എലട്രിസിറ്റി, അലവൻസ്മെന്റ് (അനൗൺസ്മെൻറ്), നുത്തുപേപ്പർ (ന്യൂസ്പേപ്പർ), പാച്ചു പാച്ചഞ്ചർ ഇതെല്ലാം അവരുടെ പ്രയോഗങ്ങളാണ്. ഇനിയുമുണ്ട് ധാരാളം. ആശുപത്രിയിൽ നിന്നും പഠിച്ചതാണത്രേ.

ഗർഭിണിയാകുമ്പോൾ മുതൽ കാളിയുടെ സേവനം ആവശ്യപ്പെട്ട് പലരും എത്താറുണ്ട്. ചികിത്സാകാര്യത്തിൽ വളരെ കാർക്കശ്യക്കാരിയായിരുന്നു. പകൽ ഉറങ്ങരുത്. പഴവർഗ്ഗങ്ങൾ ധാരാളം കഴിക്കണം, വെണ്ണ ഉപ്പിലിട്ട് വച്ച് രാവിലെ വെറും വയറ്റിൽകഴിക്കണം, ചൂലുകൊണ്ട് മുറ്റമടിയ്ക്കണം. സുഖപ്രസവത്തിനുള്ള ഈ നിർദ്ദേശങ്ങൾ പാലിക്കണമെന്നു വളരെ നിർബന്ധമുണ്ട്. നിർദ്ദേശങ്ങൾ അനുസരിച്ചവരുടയെല്ലാം സുഖപ്രസവമായിരുന്നു. പ്രസവശേഷമുള്ള ശുശ്രൂഷയിലും വളരെ കണിശക്കാരിയായിരുന്നു. വെളുത്താവണക്കിൻെറ ഇല, പുളിയില, നാല്പാമരം, എരിക്കില

എല്ലാകൂടിയിട്ടു തിളപ്പിച്ച വെള്ളത്തിലെ കുളിപ്പിക്കൂ. ഉച്ചഭക്ഷണം കുളികഴിഞ്ഞേ പാടുള്ളൂ. ചുവന്നുള്ളി (ചെറിയ ഉള്ളി) കറി നിർബന്ധമാണ്. തെങ്ങിൻ പൂക്കുല രസായനം കാളിയമ്മയുടെ സ്പെഷ്യൽ ബ്രാൻഡ്. അത് താൻ തന്നെ ഉണ്ടാക്കണം. അവരുടെ ശുശ്രൂഷ ലഭിച്ചാൽ പ്രസവശേഷം തടിച്ചുകൊഴുത്തിരിക്കുമത്രേ. ഇരുപത്തെട്ടു ദിവസത്തെ ശുശ്രൂഷമാത്രമേ കാളിയമ്മയിൽ നിന്നു ലഭിക്കൂ. തള്ളയേയും കുഞ്ഞിനേയും കുളിപ്പിക്കും. കുട്ടിയെ കുളിപ്പിക്കുമ്പോൾ കൈകാലുകൾ മടക്കിയും ചിലപ്പോൾ കൈയ്യിൽ തൂക്കി ആട്ടിയും കാണിയ്ക്കുമ്പോൾ പേടിതോന്നും. വ്യായാമമാണത്രേ. രണ്ടു കണ്ണിലും ഓരോ തുള്ളി തണുത്ത വെള്ളമൊഴിച്ച് തള്ളവിരൽ കൊണ്ട് തുടയ്ക്കും. കണ്ണിന് തിളക്കം കിട്ടാനാണത്രേ!

കാളിയമ്മയുടെ പൂർവ്വ കഥകൾ അവിടെ കൂടിനിന്നവർ ശബ്ദം താഴ്ത്തിപറയുന്നുണ്ടായിരുന്നു. ഭർത്താവ് കനാലിൽ വീണാണ് മരിച്ചത്. ഒരാഴ്ചയോളം തോരാതെ മഴ പെയ്ത ഒരു ദിവസം രാത്രിയിൽ സാധനങ്ങളും വാങ്ങി വീട്ടിലേക്കു വരുമ്പോൾ കാൽ വഴുതി കനാലിൽ നിറഞ്ഞുകിടന്ന വെള്ളത്തിലേക്കു വീണു. രാത്രിയിൽ തിരഞ്ഞെങ്കിലും കണ്ടെത്താൻ കഴിഞ്ഞില്ല. രാവിലെയാണ് മൃതദേഹം കിട്ടിയത്.

കാളിയമ്മയെ കട്ടിലിൽ നിന്നും കുളിപ്പിക്കാനായി ഗണേശനും ബന്ധുക്കളും ചേർന്നെടുക്കുമ്പോൾ ഒരു കവർ താഴെ വീണു.

ആരോ അതെടുത്ത് ഗണേശന്റെ കയ്യിൽ കൊടുത്തു.

കവർ നിറയെ നോട്ടുകളായിരുന്നു. കാളിയുടെ സമ്പാദ്യം.

സമുദായിക ആചാരങ്ങൾക്കു ശേഷം കാളിയമ്മയുടെ മൃതദേഹം പട്ടടയിൽ കിടത്തി. വിറക് അടുക്കി വച്ച് (വിറകിൽ തന്നെ ദഹിപ്പിക്കണമെന്ന് ഗണേശനോട് പറഞ്ഞിരുന്നു പോലും!) മുകളിൽ രാമച്ചം, ചന്ദനത്തിരി, കർപ്പൂരം ഇവയിട്ടു നിറച്ചു. അവിടെ കൂടിനിന്നവരോട് 'ചിതയ്ക്കു തീകൊളുത്തട്ടെ?' എന്നു ചോദിച്ച് അനുവാദം വാങ്ങി ഗണേശൻ തീകൊളുത്തി.

പുകച്ചുരുളുകൾ കാളിയമ്മയുടെ രൂപത്തിൽ ആകാശത്തേക്കുയർന്നു.

ഒരു നാടിന്റെ സ്പന്ദനം അഗ്നിനാളമായി അന്തരീക്ഷത്തിൽ വിലയം പ്രാപിച്ചു.

○○

ഏഴ്

സായാഹ്നം

അവൻ കടൽത്തീരത്തെത്തുമ്പോൾ കടൽപ്പുറം വിജനമായിരുന്നു. ടൂറിസ്റ്റുകൾ ധാരാളം വരാറുള്ള കടൽത്തീരം ഇത്ര വിജനമായി കണ്ടിട്ടില്ല. കൊറോണക്കാലമായതുകൊണ്ടായിരിക്കുമെന്ന് ഊഹിച്ചു. വലിയ കുടക്കീഴിലെ ചാരുകസേരയിൽ അവൻ ഇരുന്നു. ഇടയ്ക്കിടെ ആകാശത്തിലേക്കു നോക്കിയും ചക്രവാളത്തിലേക്കു നോക്കിയും സമയം ചെലവഴിച്ചു. സൂര്യന്റെ സ്നാനസമയം അടുത്തു വരുന്നു. ഇളകിനടക്കുന്ന മേഘക്കൂട്ടങ്ങൾ വിവിധ വർണ്ണങ്ങളാൽ ശോഭ പൂണ്ടുവരുന്നതു അവൻ കണ്ടു. ഒരു വലിയ ക്യാൻവാസായി പശ്ചിമാബരം മാറിക്കൊണ്ടിരിന്നു.

ഏതോ ഒരു ചിത്രകാരൻ വരച്ച മനോഹര ചിത്രങ്ങൾ അവിടെ തെളിഞ്ഞുവരുന്നതുപോലെ തോന്നി.

പല മഹാന്മാരുടെയും രൂപം ആ ക്യാൻവാസിൽ ദർശിച്ചു.

സൂര്യൻ സ്വർണ്ണഗോളമായി.

ചക്രവാളത്തിന് ഭംഗികൂടിക്കൂടി വന്നു.

ആകാശത്ത് ചെങ്കൊടികൾ പാറുന്നതായി അവനു തോന്നി.

അനന്തനാഗത്തെപ്പോലെ കടൽ മധ്യത്തിൽ നിന്നും ഇഴഞ്ഞുവരുന്ന തിരമാലകളിലേക്ക് അവൻ കണ്ണും നട്ടിരുന്നു.

ഒരു മധ്യവയസ്കൻ അടുത്തേക്കു നടന്നുവരുന്നത് അവൻ ശ്രദ്ധിച്ചില്ല. അയാൾ അടുത്തു വന്നിരിപ്പായി. അയാളെ കണ്ടതായി ഭാവിച്ചില്ല. അവൻ വിദൂരതയിലേക്ക് നോക്കിക്കൊണ്ടേയിരുന്നു. അയാൾ തൊണ്ടകൊണ്ട് ഒരു ശബ്ദമുണ്ടാക്കി. മുരടനക്ക് അപ്പോഴും ശ്രദ്ധിക്കാതെ അവൻ എന്തൊക്കയോ ആലോചിക്കുകയായിരുന്നു. വീണ്ടും അയാൾ മുരടനക്കി. കഴുത്ത് അല്പം ചരിച്ച് അയാളെ നോക്കി. അയാൾ അവനേയും അവൻ അയാളെയും

അടിമുടി നോക്കി. നീണ്ടു വളർന്ന നരച്ച താടിയും കഴുത്തറ്റം വളർന്ന തലമുടിയും കനത്തരോമങ്ങളുള്ള പുരികവും ഉരുണ്ട കണ്ണുകളും മെലിഞ്ഞ ശരീരവുമുള്ള അയാളുടെ നോട്ടം അവന് അത്ര ഇഷ്ടപ്പെട്ടില്ല. അവൻ വീണ്ടും ചക്രവാളത്തിലേക്ക് നോക്കാൻ തുടങ്ങി. അയാൾക്ക് എന്തൊക്കയോ അവനോട് ചോദിക്കണമെന്നുണ്ട്. ഇളം കാറ്റ് വീശി തുടങ്ങി. അപ്പോൾ അയാളുടെ ശരീരത്തു നിന്നും പാറിവന്ന മണം അസഹ്യമായി തോന്നി. കടൽതീരത്തേക്ക് സൗന്ദര്യാസ്വാദകരുടെ വരവു തുടങ്ങിയിരിക്കുന്നു. അയാൾ പല്ലില്ലാത്ത വായപിളർന്നു ചോദിച്ചു.

"എന്താ നിന്റെ പേര്?"

ആ ചോദ്യത്തിന് മറുപടി പറഞ്ഞില്ല.

അയാൾ വീണ്ടും ചോദിച്ചു.

"എന്താ മോന്റെ പേര്?"

"അർജ്ജുനൻ." മനസ്സില്ലാമനസ്സോടെ പറഞ്ഞു.

അവൻ അയാളുടെ പേരും എന്തെന്നു ചോദിച്ചു.

അയാൾ വാചാലനായി.

"നിനക്കറിയുമോ അർജ്ജുനൻ ആരാണെന്ന്?"

പാണ്ഡുവിന്റെ പുത്രന്മാരിൽ മൂന്നാമൻ. ദേവരാജാവായ ഇന്ദ്രന് കുന്തിയിൽ ജനിച്ചവൻ. അർജ്ജുനനോടു കിടപിടിക്കത്തക്ക ഒരു വില്ലാളിവീരനും ഉണ്ടായിരുന്നില്ല. അവൻ അയാളെ വെറുപ്പോടെ നോക്കി. അക്ഷരങ്ങൾ അയാളുടെ പല്ലില്ലാത്ത വായിൽകിടന്ന് ഉരുണ്ടുകളിക്കുകയായിരുന്നു.

തന്നോടെന്തിനാണിതെല്ലാം പറയുന്നത്?

പേരല്ലാതെ അർജ്ജുനന്റെ ഒരു ഗുണവും ഭാഗ്യവും തനിക്കില്ലല്ലോ എന്ന് ഓർത്തു.

അയാൾ നിറുത്താൻ ഭാവമില്ലായിരുന്നു.

"പരമശിവനെ തപസ്സുകൊണ്ടു പ്രത്യക്ഷനാക്കി അദ്ദേഹത്തിൽ നിന്നും പാശുപതാസ്ത്രം വാങ്ങിയ വീരനാണ് അർജ്ജുനൻ."

അയാളുടെ വാക്കുകൾ അരോചകമായി തുടങ്ങി. അവൻ എഴുന്നേറ്റു പോകാൻ തുടങ്ങിയപ്പോൾ അയാൾ പറഞ്ഞു.

"ഇരിക്കൂ. എനിക്ക് നിന്നെപ്പറ്റി കൂടുതൽ അറിയണമെന്നുണ്ട്. നാം ഏതായാലും പരിചയപ്പെട്ടു കഴിഞ്ഞല്ലോ. ആരൊക്കെയുണ്ട് വീട്ടിൽ? നീ എന്താണ് ഒറ്റയ്ക്കിവിടെ ഇരിക്കുന്നത്?"

അവൻ ആത്മഹത്യ ചെയ്യാൻ വന്നിരിക്കയാണോ എന്ന് അയാളുടെ ഉള്ളിൽ സംശയം തോന്നിയിരിക്കാം. അവൻ പറഞ്ഞു തുട

ങ്ങി.

"എന്റെ വീട് കുറച്ചകലെയാണ്. ഒരു സഹോദരനും അച്ഛനും അമ്മയും അടങ്ങിയതായിരുന്നു കുടുംബം. സഹോദരൻ പോളിയോ ബാധിച്ച് കാലുകൾ ശോഷിച്ച് നടക്കാൻ കഴിയാതെ വീൽ ചെയറിൽ ആയിരുന്നു. അമ്മയ്ക്ക് അൾഷൈമേഴ്സ് രോഗം പിടിപെട്ട് ഞങ്ങളെ ആരെയുംതിരിച്ചറിയാൻ കഴിയാത്ത അവസ്ഥയിലും. അമ്മയ്ക്കു ബാങ്കിൽ ജോലിയുണ്ടായിരുന്നു. കാഷിലായിരുന്നു അവിടെ വച്ചേ അസുഖമുണ്ടായിരുന്നത്രേ. പക്ഷേ ആരും അത് അിറഞ്ഞിരുന്നില്ല. പലരും വാങ്ങിക്കൊണ്ടു പോയ തുകയിൽ കൂടുതലും കുറവുമൊക്കെ കണ്ടെത്തിയതിനെ തുടർന്നു നടന്ന പരിശോധനയിലാണ് രോഗം സ്ഥിരീകരിച്ചത്. അങ്ങിനെ ബാങ്കിൽ നിന്നും പിരിച്ചുവിട്ടു. പിന്നീട് രോഗം മൂർച്ഛിച്ചു. അച്ഛനെ പോലും തിരിച്ചറിയാൻ കഴിയുമായിരുന്നില്ല. എന്നെ കാണുമ്പോൾ 'ചേട്ടാ ഇരിക്കൂ...' എന്നു പറയും. അച്ഛനോട് 'ആരാ എന്തിനു വന്നു?' എന്നൊക്കെയായിരുന്നു ചോദ്യം. പലപ്പോഴും എന്റെ വീട്ടിൽ പോകണമെന്നുപറഞ്ഞു തുണികളെല്ലാമെടുത്ത് അടുക്കി വയ്ക്കുന്നതു കാണാമായിരുന്നു. ഒരു ദിവസം അമ്മയെ കാണാനില്ല. പല സ്ഥലങ്ങളിലും അന്വേഷിച്ചു. ഒടുവിൽ ബസ് സ്റ്റാൻഡിൽ നിന്നുമാണ് പിടിച്ചുകൊണ്ടുവന്നത്. കയ്യിൽ ഒരു ബാഗും ബാഗുനിറയെ തുണികളുമായിരുന്നു. വയറുനിറയെ ഭക്ഷണം കഴിച്ചാലും ആരെങ്കിലും വീട്ടിൽ വരുമ്പോൾ എനിക്കിവർ ഒന്നും തരില്ലെന്നു പരാതി പറയുമായിരുന്നു. അവരെ പിന്നെ കാര്യങ്ങൾ പറഞ്ഞു ബോധ്യപ്പെടുത്തിവിടേണ്ട ചുമതലയും വന്നു. ബന്ധുക്കൾ പലരും പറഞ്ഞു മുറിയിലിട്ടു പൂട്ടാൻ. പക്ഷെ ഞങ്ങളുടെ മനസ്സ് അനുവദിച്ചില്ല. ഞങ്ങൾ അമ്മയെ മുറിയിലിട്ടു പൂട്ടിയില്ല.

അയാൾ പറഞ്ഞു.

"എന്റെ മനസ്സിൽ കാർമേഘങ്ങൾ ഉരുണ്ടു കൂടുന്നതുപോലെ."

ഒരു ഞണ്ട് വളരെവേഗം ഇഴഞ്ഞുവന്ന് മാളത്തിലേക്കു കയറുന്നത് നോക്കിയിരിക്കുകയായിരുന്നു അർജ്ജുനൻ.

"അച്ഛനും അമ്മയുമുണ്ടോ?" അയാൾ ചോദിച്ചു.

അർജ്ജുനൻ അല്പം ഒന്നാലോചിച്ച ശേഷം പറഞ്ഞു.

"ഉറക്കമില്ലായ്മയും അമ്മയെ ബാധിച്ചു. ഉറക്കഗുളികകളും മറ്റു മരുന്നുകളുമൊക്കെയായി അമ്മയുടെ ശരരീരം തളർന്നു കൊണ്ടേയിരുന്നു. അങ്ങിനെ ഒരു ദിവസം കിടപ്പിലായി. ബി.പി. കൂടി. കൈകാലുകൾ തളർന്നു. അച്ഛൻ ജോലി രാജിവെച്ച് അമ്മയെ ശുശ്രൂ

ഷിക്കാനെത്തി. അനുജനേയും അച്ഛൻ തന്നെയാണ് പരിചരിച്ച ത്. രണ്ടുപേരേയും കുളിപ്പിക്കണം, ഭക്ഷണം നൽകണം, പ്രാഥമി കാവശ്യങ്ങൾക്കായി എടുത്തുകൊണ്ടു പോകണം. വസ്ത്രങ്ങൾ അലക്കണം, ഭക്ഷണം തയ്യാറാക്കണം എല്ലാം അച്ഛൻ തന്നെയാ ണ് ചെയ്തുകൊണ്ടിരുന്നത്. ഞങ്ങൾക്കു സഹോദരിമാരാരുമുണ്ടാ യിരുന്നില്ല. അമ്മ എപ്പോഴും പറയുമായിരുന്നു ഒരു പെണ്ണെങ്കിലും വീട്ടിൽ ഇല്ലെങ്കിൽ ആ വീട് മുടിഞ്ഞുപോകുമെന്ന്. അതെത്രശരി യായിരുന്നു. അമ്മ എത്ര ചുറുചുറുക്കോടെ വീട്ടുകാര്യങ്ങൾ ചെയ് തിരുന്നതാണ്. ആരു വീട്ടിൽ വന്നാലും ഒരു ഗ്ലാസ് കട്ടൻചായ എങ്കിലും കൊടുക്കാതെ വിടില്ല. ആതിഥ്യമര്യാദ അമ്മയിൽ നി ന്നാണ് ഞാൻ പഠിച്ചത്. അച്ഛനും അമ്മയും തമ്മിൽ 10 വയസ്സാ യിരുന്നു വ്യത്യാസം. അമ്മ ആദ്യം മരിക്കുമെന്നും മരണ വിവരം ആരെയൊക്കെ അറിയിക്കണമെന്നും മുൻകൂട്ടി അച്ഛൻ കുറിച്ചു വെച്ചിരുന്നു അഡ്രസ് സഹിതം. ആരാണ് ആദ്യം പോകുന്നതാർ ക്കറിയാം എന്ന് അമ്മ പറയുമായിരുന്നു. പക്ഷേ വിധി അങ്ങിനെ ആയിരുന്നില്ല. അച്ഛനാണ് ആദ്യം മരിച്ചത്. മരിച്ചു കിടക്കുകയാ യിരുന്നു. ദൈവം ഇഷ്ടപ്പെട്ടവരെ ആദ്യമാദ്യം വിളിക്കുമെന്ന് അച് ഛൻ പറഞ്ഞിട്ടുണ്ട്. ആ വിലാസങ്ങൾ അച്ഛനുവേണ്ടിയാണ് കുറിച്ചുവെച്ചിരിക്കുന്നത് എന്ന് ഓർത്തപ്പോൾ നെഞ്ചുരുകി. ജീവി തത്തെപറ്റി ഓർക്കുമ്പോൾ ഒരെത്തും പിടിയും കിട്ടുന്നില്ല. അനു ജന്റെ മരണവും അപ്രതീക്ഷിതമായിരുന്നു. വീൽചെയറിൽ നിന്ന് വീണ് പരിക്കുപറ്റിയാണ് അനുജൻ മരിച്ചത്. ജീവൻ ഏതു നിമിഷ വും അസ്തമിച്ചുപോകാമെന്ന തിരിച്ചറിവ് എനിക്കുണ്ടായി."

അവൻ നെടുവീർപ്പിട്ടു. അയാൾ പറഞ്ഞു, "എന്റെ മനസ്സിൽ ഒരഗ്നിഗോളം കത്തുന്നതുപോലെ തോന്നുന്നു. നിന്റെ നേത്രങ്ങ ളിൽ നിന്നും സഹ്യന്റെ വിടവുകളിൽക്കൂടി ഒഴുകിവരുന്ന ജലകണ ങ്ങൾ പോലെ നീർതുള്ളികൾ ഒഴുകിവരുന്നതു ഞാൻ കാണുന്നു."

അവൻ വീണ്ടും അയാളെ തുറിച്ചു നോക്കി.

അർജ്ജുനന് അയാളുടെ സാഹിത്യമൊന്നും മനസ്സിലായില്ല.

അത് മനസ്സിലാവുന്ന സമയവുമല്ലായിരുന്നു അപ്പോൾ.

എങ്കിലും അയാളോടു തന്റെ കഥകൾ വീണ്ടും പറഞ്ഞു തുട ങ്ങി. "ഞാനിപ്പോൾ ഒറ്റയ്ക്കായി അങ്കിൾ."

"ഞാനൊരു റിട്ടയേഡ് അദ്ധ്യാപകനാണ് അർജ്ജുൻ.

എന്നെ 'മാഷ്' എന്നു വിളിച്ചാൽ മതി.

അയാൾ അർജ്ജുനനെ തിരുത്തി.

അവൻ ചോദിച്ചു. "മാഷ് പേരു പറഞ്ഞില്ലല്ലോ?"

"എന്റെ പേര് മങ്കണൻ... മങ്കണൻ മാഷ് എന്ന് എല്ലാവരും വിളിക്കും. നിനിക്കറിയുമോ വായു ഭഗവാന് സുകന്യയിൽ ജനിച്ചവനാണ് മങ്കണൻ. എന്റെ അമ്മയുടെ പേര് സുകന്യ എന്നായിരുന്നു. അച്ഛനും ഒരു മലയാള അദ്ധ്യാപകനായിരുന്നു. അദ്ദേഹമിട്ട പേരാണ് എനിക്ക് ഈ പേരിനോടു വെറുപ്പാണ്." അവൻ പറഞ്ഞു. "പേരിലെന്തിരിക്കുന്നു മാഷെ. മനസ്സു നന്നായാൽ എല്ലാം നന്നായി."

"എന്നാലും കേൾക്കുമ്പോൾ ഒരു സുഖമൊക്കെ വേണ്ടേ? നീ ഇപ്പോൾ എന്തു ചെയ്യുന്നു?" മാഷുടെ ചോദ്യം.

"ഒരു കമ്പനിയിൽ മെക്കാനിക്കായിരുന്നു. കൊറോണക്കാലം എന്റെ ജോലിനഷ്ടപ്പെടാനിടയാക്കി. ഇപ്പോൾ ആരെങ്കിലും വിളിച്ചാൽ പോകും. വോൾട്ടാസ് കമ്പനിക്കാർ ആവശ്യമുള്ളപ്പോൾ വിളിക്കും. കഷ്ടിച്ച് ജീവിക്കാൻ വക കിട്ടും. അവന്റെ നിശ്വാസത്തിന് പതിവിലേറെ ചൂടുണ്ടായിരുന്നു." അയാൾ പറഞ്ഞു.

"നിന്റെ ജീവിത കഥകൾ എന്റെ മനസ്സിനെ മഥിച്ചു കൊണ്ടിരിക്കുന്നു. എന്റെ അകതാരിൽ നിന്റെ രൂപം എപ്പോഴുമുണ്ടാകും. നീ പറഞ്ഞ കാര്യങ്ങൾ എന്റെ മനസ്സിൽ ദഹിക്കാതെ കിടക്കുന്നു."

അയാൾ പറഞ്ഞു നിർത്തിയപ്പോൾ അർജ്ജുനൻ അയാളെ രൂക്ഷമായി വീണ്ടും നോക്കി. അവന് ഒന്നും മനസ്സിലായില്ല. അയാളോട് സ്നേഹവും ഒപ്പം വെറുപ്പും തോന്നി. ക്ഷമ കുടുംബത്തിൽ സ്നേഹം വളർത്തുമെന്ന് അമ്മ പറഞ്ഞിട്ടുള്ളത് അവൻ ഓർത്തു. മറ്റുള്ളവരോടു കാണിക്കുന്ന ക്ഷമ, ബഹുമാനം വളർത്തുമെന്ന് അമ്മ പറഞ്ഞിട്ടുണ്ട്. അതുകൊണ്ട് അയാൾ പറഞ്ഞതെല്ലാം അവൻ ക്ഷമയോടെ കേട്ടിരുന്നു. സൂര്യൻ സ്നാനത്തിനായി കടലിലേക്കിറങ്ങി തുടങ്ങി. ചുവന്നു തുടുത്ത ചക്രവാളം അവന്റെ അടുത്തേക്കു അടുക്കുന്നതായി അവനു തോന്നി. സൂര്യനെ ഒരു സ്വർണ്ണ തളികയിൽ വച്ചിരിക്കുന്നതുപോലെ. വേഗം പോകാൻ തുനിയുമ്പോൾ അയാൾ ഒരു ചോദ്യം കൂടി ചോദിച്ചു.

"അമ്മയ്ക്കെങ്ങിനെയുണ്ട്.?"

"ഇന്നലെ മരിച്ചു." ഇടറിയ ശബ്ദമായിരിന്നു അജ്ജുൻന്റേത്.

"ഇന്നലെയോ? നീ പിന്നെന്താണ് ഇവിടെ ഇരിയ്ക്കുന്നത്? നിന്റെ മനസ്സിൽ ചെമ്പോത്തുകൾ ചിലയ്ക്കുന്നത് ഞാൻ കേൾക്കുന്നു. എന്റെ ഹൃദയത്തിന്റെ പാതാളത്തിൽ നിന്നും ഉയർന്നുവരുന്ന സാന്ത്വനം മാത്രമേ എനിക്കു തരാൻ കഴിയിന്നുള്ളു."

മാഷ് പറഞ്ഞു നിറുത്തി. അയാളെ വീണ്ടും വെറുപ്പോടെ നോക്കി. അയാൾ എന്തിനാണു ഇങ്ങനെയൊക്കെ വളച്ചുകെട്ടി സംസ്സാരിക്കുന്നത്? മലയാളഭാഷയെ എന്തിനിങ്ങനെ ഇടിയപ്പകുഴലിലിട്ട് ഞെക്കിക്കൊല്ലുന്നു? അർജ്ജുനൻ പലതും ചിന്തിച്ചു തുടങ്ങി. താൻ പറഞ്ഞുകൊണ്ടിരുന്നതിന്റെ ബാക്കി അവൻ പറയാൻ തുടങ്ങി.

"അമ്മയ്ക്കു അസ്വസ്ഥതകൂടിയപ്പോൾ ആശുപത്രിയിൽ അഡ്മിറ്റ് ചെയ്യേണ്ടി വന്നു. കലശലായ ശ്വാസം മുട്ടൽ. വെന്റിലേറ്ററിലായിരുന്നു. കിറ്റിട്ട നഴ്സുമാർ പറഞ്ഞാണറിഞ്ഞത് അമ്മ സാവധാനം മരിച്ചുകൊണ്ടിരിക്കുകയാണെന്ന്. ആശുപത്രിയിൽ വച്ചു മരിച്ചതിനാൽ കോവിഡ് ടെസ്റ്റ് നടത്തി.

ഫലം പോസിറ്റീവ്. അതിനാൽ മൃതദേഹം വീട്ടിലേക്കു കൊണ്ടുവരാൻ ആശുപത്രി അധികൃതർ അനുവദിച്ചില്ല."

അവൻ വീണ്ടും എഴുന്നേറ്റു.

"നീ എവിടെ പോകുന്നു." അയാൾ ചോദിച്ചു.

"ദാ അങ്ങു ദൂരെ കടൽ തീരത്ത് ഒരു തീനാളം കാണുന്നില്ലേ. അവിടെ എന്റെ അമ്മ എരിഞ്ഞടങ്ങുകയാണ്. എനിക്ക് അവിടേക്കു അടുക്കാനോ അന്ത്യകർമ്മങ്ങൾ ചെയ്യാനോ അമ്മയെ ഒന്നു കാണാൻ പോലുമോ കഴിയുന്നില്ല. ഈ തീനാളമങ്കിലും കാണണമെന്ന് കരുതിയാണ് ഇവിടെ വന്നത്.

"എല്ലാം ഇങ്ങകലെയിരുന്നു കൊണ്ട് ഞാൻ കാണുകയായിരുന്നു."

അവന്റെ കണ്ണിൽ നിന്നും നീർച്ചാലുകൾ ഒഴുകിയിറങ്ങുന്നത് അയാൾ കണ്ടു.

കടൽ ഭംഗി കണ്ട് മടങ്ങുന്ന ഒരാൾ വന്നു ചോദിച്ചു.

"എന്താ മാഷേ ഇവിടെ?" അപ്പോൾ മാഷിന്റെ കണ്ണുകൾ ചുവക്കുന്നുണ്ടായിരുന്നു. അർജ്ജുനനെ അയാൾ അരികിലേക്കു വിളിച്ചു. അയാൾ പതുക്കെ പറഞ്ഞു,

"എന്നെ പഠിപ്പിച്ച മലയാളം മാഷാണ്. ഇപ്പോൾ ഭാര്യയും മക്കളുമൊക്കെയായി പിണങ്ങി നടക്കുകയാണ്. വൃദ്ധസദനത്തിലാണ്. ഇവിടെ എങ്ങനെ എത്തി എന്നറിയില്ല. അല്പം പ്രശ്നമുണ്ട്."

"കുഴപ്പം വല്ലതുമുണ്ടായോ? വളച്ചുകെട്ടിയേ സംസാരിക്കൂ."

"ഇല്ല ഒന്നു മുണ്ടായില്ല." അർജ്ജുനൻ പറഞ്ഞു. മാഷ് എന്താണിങ്ങനെ സംസാരിച്ചതെന്ന് അവന് അപ്പോൾ മനസ്സിലായി. തിരിഞ്ഞു നോക്കുമ്പോൾ മാഷ് ആ ബഞ്ചിലുണ്ടായിരുന്നില്ല.

തന്റെ ക്ഷമ തന്നെ രക്ഷിച്ചതായി അവനു തോന്നി.

അർജ്ജുനനോട് സംസാരിച്ചയാളും പൊയ്ക്കഴിഞ്ഞു.

ഒറ്റപ്പെട്ടവനെ പോലെ അവനു തോന്നി.

എരിഞ്ഞടങ്ങാനോ നിരാശയിൽ ശിരസ് കുനിച്ച് ഇരിക്കാനോ ഉള്ളതല്ല ജീവിതമെന്നു അവൻ പഠിച്ചത് ഓർത്തു.

ജ്വലിക്കാനും പ്രതീക്ഷയോടെ മുന്നേറാനുമുള്ളതാണ് ജീവിതം.

ഒരു കരുത്തുറ്റ മനസ്സ് അർജ്ജുനനുണ്ടായി.

എങ്കിലും നാളെ എന്തെന്ന് അവന്റെ മനസ്സ് ചോദിച്ചുകൊണ്ടിരുന്നു. അവൻ ഒന്നുകൂടി ദൂരെ കത്തുന്ന അഗ്നിനാളത്തിലേക്കു നോക്കി.

ഉത്തരം കിട്ടാതെ ആളൊഴിഞ്ഞ വീടിനെ ലക്ഷ്യമാക്കി അവൻ നടന്നുനീങ്ങി.

OO

എട്ട്
കൂട്ട്

ഇരുവശവുമുള്ള പടുകൂറ്റൻ ഫ്ളാറ്റുകളെ കീറിമുറിച്ച് സമാന്തരമായി പോകുന്ന റോഡിലേക്കു മാധുരി ആദ്യമായി നോക്കുകയായിരുന്നു. ബാങ്കു ജീവനക്കാരിയായതിനാൽ രാവിലെ 9മണി കഴിഞ്ഞാൽ പുറപ്പെടും. അരമണിക്കൂർ നടന്നാൽ ബാങ്കിൽ എത്താം. 10 മണിക്ക് മുൻപ് ബാങ്കിൽ എത്തണമെന്ന് അവൾക്കു നിർബന്ധമുണ്ടായിരുന്നു. അസി. മാനേജറായതിനാൽ അക്കൗണ്ട് ക്ളോസ് ചെയ്തശേഷം മാനേജർക്കൊപ്പം ബാങ്കിൽ നിന്നിറങ്ങുമ്പോൾ 7 മണി കഴിഞ്ഞിരിക്കും.

അച്ഛനും അമ്മയും മൂന്നു സഹോദരിമാരും അടങ്ങുന്നതായിരുന്നു മാധുരിയുടെ കുടുംബം. ഏറ്റവും ഇളയവൾ. എംകോം വരെ പഠിച്ചു. ഒന്നാം സ്ഥാനത്തോടെ ജയിച്ചു. അങ്ങിനെയാണ് ബാങ്കു പരീക്ഷയ്ക്കു അപേക്ഷിച്ചതും എഴുതിയതും. മൂത്ത രണ്ടു സഹോദരിമാരുടെ വിവാഹം കഴിഞ്ഞ് ഒരു വർഷം കഴിഞ്ഞപ്പോൾ അച്ഛൻ മരണപ്പെട്ടു. രാത്രിയിൽ ഭക്ഷണവും കഴിച്ച് കിടന്നതാണ്. അതിരാവിലെ ഉണരുന്ന ശീലക്കാരനായിരുന്നു. പട്ടാളത്തിൽ ഓണററി ക്യാപ്റ്റനായി റിട്ടയർ ചെയ്തു.അച്ഛൻ മരിച്ചു ഒരു വർഷം കഴിഞ്ഞപ്പോൾ അമ്മയും മരിച്ചു. അമ്മ പ്രൈമറി സ്കൂൾ അദ്ധ്യാപികയായിരുന്നു. സാമ്പത്തികമായി മോശമല്ലാതിരുന്നതിനാൽ വലിയ കഷ്ടപ്പാടില്ലാതെയായിരുന്നു ജീവിതം. എല്ലാ മക്കൾക്കും നല്ല വിദ്യാഭ്യാസം നൽകി. മൂത്ത സഹോദരിയും ഭർത്താവും ബാംഗ്ലൂരിൽ താമസം.

രണ്ടുപേർക്കും പ്രൈവറ്റ് കമ്പനിയിൽ നല്ല ജോലിയാണ്.

മോശമല്ലാത്ത ശമ്പളം.

രണ്ടാമത്തെ സഹോദരിയും ഭർത്താവും തമിഴ്നാട്ടിൽ ബാങ്ക് ജീവനക്കാർ.

മൂന്നാമത്തെ സഹോദരിയുടെത് പ്രേമവിവാഹമായിരുന്നു. പ്രൈമറി സ്കൂൾ അദ്ധ്യാപിക. അവളുടെ ഭർത്താവ് സർക്കാർ ജീവനക്കാരനാണു. മദ്യപാനി. ഒരു ദിവസം മദ്യപിച്ചുവന്ന് രാത്രിയിൽ മാധുരി കിടക്കുന്ന മുറിയിലെത്തി. അവളോട് മോശമായി പെരുമാറാൻ തുടങ്ങി. അവൾ കുതറി ഓടി. അടുത്ത ദിവസം ജ്യേഷ്ഠത്തിയോട് ഈ വിവരം പറഞ്ഞെങ്കിലും അവരുടെ പ്രതികരണം മോശമായിരുന്നു. മാധുരി അയാളെ മുറിയിലേക്ക് വിളിച്ചുവരുത്തിയതാണെന്നായിരുന്നു ജ്യേഷ്ഠത്തിയുടെ പ്രതികരണം. അവൾ അന്ന് അമ്മയുടെ കുഴിമാടത്തിനരികെ നിന്ന് കരഞ്ഞു. അവൾ പറഞ്ഞു, "അമ്മേ എനിക്കിനി ഇവിടെ ജീവിക്കാൻ കഴിയില്ല. ഞാൻ എവിടേക്കെങ്കിലും പോകുന്നു." ഇളയമകളായതുകൊണ്ട് അമ്മയുടെ ലാളന വളരെയധികം അനുഭവിച്ചവളാണ് മാധുരി.

ജീവിതത്തിലെ ഓരോ അനുഭവങ്ങളേയും ഓരോ പാഠങ്ങളായി കണ്ട് ഒന്നിനും മുന്നിൽ പകച്ചു നിന്നില്ല അവൾ.

ബാങ്കു പരീക്ഷയുടെ റിസൽട്ടു വന്നപ്പോൾ അവൾ വല്ലാതെ ആഹ്ളാദിച്ചു. 44-ാം റാങ്ക്. രണ്ടു മാസത്തിനുള്ളിൽ നിയമന ഉത്തരവുകിട്ടി. നിയമനം ബോംബെയിലായിരുന്നു. 15 ദിവസത്തിനുളളിൽ ജോയിൻ ചെയ്താൽ മതിയെങ്കിലും അവൾക്കു എത്രയും വേഗം പോകണമെന്നും തോന്നി.

ജ്യേഷ്ഠത്തിയോടു വിവരം പറഞ്ഞു.

ജ്യേഷ്ഠൻ കൂടി ബോംബെയ്ക്കു വരുമെന്നു പറഞ്ഞപ്പോൾ അവൾ നിരസിച്ചു.

ഒറ്റയ്ക്കു പൊയ്ക്കൊള്ളാമെന്ന് അറിയിച്ചു.

ടിക്കറ്റ് റിസർവ്വ് ചെയ്യാൻ ചെന്നപ്പോഴാണ് സാംസണെ പരിചയപ്പെട്ടത്. റിസർവേഷൻ ഫോം സാംസണാണ് പൂരിപ്പിച്ചു നൽകിയത്. ബോംബെയിലേക്ക് ടിക്കറ്റ് റിസർവ് ചെയ്യുന്നത് കണ്ട് സാംസൺ ചോദിച്ചു.

"ബോംബെയിലാണോ? ഒറ്റയ്ക്കാണോ യാത്ര?"

അവൾ 'അതെ' എന്നു മാത്രം പറഞ്ഞു. നിയമനകാര്യവും പറഞ്ഞു. എല്ലാവരോടും പെട്ടന്ന് സൗഹൃദം കാണിക്കുന്ന സ്വഭാവക്കാരിയായിരുന്നു മാധുരി. സാംസൺ ബോംബെയിലെ തന്നെ മറ്റൊരു ബാങ്കിൽ മാനേജരാണ്. അയാളും ബോംബെയിലേക്കു പോകാൻ ടിക്കറ്റ് റിസർവ് ചെയ്യനാണു വന്നത്.

രണ്ടു പേരുടെയും യാത്ര ഒരേദിവസം ഒരേ ട്രെയിനിൽ.

അടുത്തടുത്ത ബർത്തുകളാണ് കിട്ടിയത്.

ഒരുമിച്ചു പോകാമെന്നു പറഞ്ഞു അവർ പിരിഞ്ഞു.

അപരിചിതമായ സ്ഥലത്തേക്കുള്ള യാത്രയിൽ കിട്ടിയ കൂട്ട് അവൾക്ക് ആശ്വാസമായി.

അടുത്ത ദിവസം സാംസണും മാധുരിയും ഒരേ ട്രെയിനിൽ യാത്ര തിരിച്ചു. സാംസണ് താഴത്തെ ബർത്തും മാധുരിക്ക് മുകളിലത്തെ ബർത്തുമായിരുന്നു. പിന്നീട് അവർ ബർത്തുകൾ കൈമാറി സൗഹൃദത്തിന്റെ ആദ്യ വിത്തു പാകി.

അടുത്ത കംപാർട്ടുമെന്റിൽ നിന്നും ഒഴുകിയെത്തിയ പാട്ടു കേട്ട് മാധുരി ചോദിച്ചു, "അതാരാ പാടുന്നത്?"

അയാൾ മറുപടി പറയും മുമ്പ് ആ പാട്ടുകാരൻ അവരുടെ അടുത്തെത്തിയിരുന്നു. മധുരമായ പാട്ട്.

അയാൾ തന്റെ പാന്റിന്റെ കീശയിൽ നിന്നും പഴ്സ് എടുത്തു 10 രൂപ അവനു നൽകി.

അവൻ തൊഴുതു വണങ്ങി അടുത്ത കംപാർട്ടുമെന്റിലേക്ക് പോയി.

'കാപ്പി, ചായ, കടി...' എന്നു പറഞ്ഞു കൊണ്ടു അടുത്തയാൾ എത്തി. രണ്ടു കാപ്പിയും ഓരോ ഉഴുന്നുവടയും അയാൾ വാങ്ങി. കാപ്പിയും ഉഴുന്നുവടയും അവൾക്കു നൽകി. സാംസൺ ബോംബയിലെത്തിയിട്ടു നാലുവർഷമായിരിക്കുന്നു. അതും ആദ്യ നിയമനമായിരുന്നു. യാത്രയിൽ താഴത്തെ ബർത്തിലിരുന്ന് അവർ സംസാരിച്ചുകൊണ്ടേയിരുന്നു. മാധുരി തന്റെ കഥകളെല്ലാം സാംസണോട് വിവരിച്ചു. അച്ഛനുമമ്മയും ജീവിച്ചിരിക്കുമ്പോൾ സ്വത്തുക്കൾ മക്കൾക്കാർക്കും വീതിച്ചു നൽകിയിരുന്നില്ല. കുടുംബത്തിൽ ഒരു ചേച്ചി താമസമാക്കിയെന്നും മാധുരിക്കു വല്ലതും കിട്ടുമോ എന്നറിയില്ലെന്നും പറഞ്ഞു.

"ഞാനിപ്പോൾ അനാഥയാണു സാംസൺ. സാംസൺന്റെ ഭാര്യയും മക്കളുമൊക്കെ നാട്ടിലാണോ?"

അവളുടെ വാക്കുകൾ സാംസണിന്റെ മനസ്സിൽ അവളോടുള്ള അനുകമ്പ ഇരട്ടിയാക്കി. അയാളും തന്റെ മനസ്സു തുറന്നു.

"മാധുരീ, ഞാൻ ഒറ്റയാൻ. അച്ഛനുമമ്മയും എനിക്ക് 10 വയസ്സുള്ളപ്പോൾ മരിച്ചു. പിന്നീട് അമ്മാവനാണ് വളർത്തിയത്.

സ്വത്തുക്കളെല്ലാം അമ്മാവൻ കൈക്കലാക്കി.

എന്നെ പഠിപ്പിച്ചു എന്നുള്ളത് സത്യമാണ്.

ജോലികിട്ടി ബോംബെയിലെത്തിയിട്ട് 4 വർഷമായി."

അയാൾ പെട്ടന്ന് നിശബ്ദനായി.

"നാം രണ്ടും അനാഥർ മാധുരി."

അയാളുടെ വാക്കുകൾ അവളുടെ മനസ്സിനെ വേദനിപ്പിച്ചു.

ട്രെയിൻ ദാദർ സ്റ്റേഷനിലെത്തിയപ്പോൾ നേരം വെളുത്തിരുന്നു. അപരിചിതമായ സ്റ്റേഷൻ. അവിടുത്തെ തിക്കും തിരക്കും കണ്ടപ്പോൾ മാധുരി ആശ്ചര്യപ്പെട്ടു. ട്രെയിനിൽ നിന്നും ഇറങ്ങും മുമ്പേ കയറാൻ വെമ്പൽ കൂട്ടുന്ന യാത്രക്കാർ. പോക്കറ്റിൽ നിന്നും ചുരുട്ടി വച്ചിരിക്കുന്ന റൊട്ടി (ചപ്പാത്തി) കഴിച്ച് പ്ളാറ്റ്ഫോമിൽ കൂടി ഓടുന്നവർ. ഹാഫ് സ്കർട്ടും സ്ലീവ്‌ലസ്സ് ബ്ലൗസും ധരിച്ചു ട്രെയിനിൽ കയറുന്ന പെൺകുട്ടികൾ. ചുരിദാർ ധാരികൾ. ബർമുഡയും ടീഷർട്ടും ധരിച്ചു പുരുഷയാത്രക്കാർ. കാപ്പിയും ചായയുമായി കംപാർട്ടുമെന്റുകൾ തോറും കയറിയിറങ്ങുന്നവർ.

അവരുടെ ഉറക്കെയുള്ള ശബ്ദങ്ങൾ.

ആകെ ഒരു ബഹളാമായിരുന്നു സ്റ്റേഷൻ...

മാധുരിക്ക് ഇതെല്ലാം പുത്തൻ കാഴ്ചകളായിരുന്നു.

ട്രെയിനിറങ്ങി ലഗേജുകൾ പരിശോധിച്ചു.

എല്ലാ മുണ്ട് എന്നുറപ്പു വരുത്തി. അയാൾ ഒരു പ്രീപെയ്ഡ് ടാക്സി പിടിച്ചു. അയാളും മാധുരിയും പിറകിലത്തെ സീറ്റിലിരുന്നു. ലഗ്ഗേജുകൾ ഡിക്കിയിൽ വച്ചു.

സാംസണിന്റെ താമസസ്ഥലം ലക്ഷ്യമാക്കി ടാക്സി മുന്നോട്ടു പോയി. റോഡിലെ തിരക്ക് അവളെ അത്ഭുതപ്പെടുത്തി.

വാഹനങ്ങളുടെ ഇത്രയും നീണ്ട വരികൾ അവൾ മുൻപു കണ്ടിട്ടില്ല. ആകാശം മുട്ടെ നിൽക്കുന്ന കെട്ടിടസമുച്ചയങ്ങൾ.

ധൃതിയിൽ നടന്നു നീങ്ങുന്ന യാത്രക്കാർ.

ആരും ആരോടും ഒന്നും സംസ്സാരിക്കുന്നില്ല.

എത്ര തിരക്കുപിടിച്ച മനുഷ്യർ എന്ന് അവൾ മനസ്സിലോർത്തു. സാംസൺന്റെ ഫ്ളാറ്റിലെത്തിയിരിക്കുന്നു.

ടാക്സിയിൽ നിന്നും രണ്ടുപേരും ഇറങ്ങി.

ലഗ്ഗേജുമായി രണ്ടാം നിലയിലെ സാംസണിന്റെ വൺ റൂം കിച്ചൺ ഫ്ളാറ്റിൽ അവരെത്തി.

അപരിചിതമായ സ്ഥലം.

യാത്രയിൽ മാത്രം പരിചയപ്പെട്ട സാംസൺ.

അയാളുടെ, മറ്റാരുമില്ലാത്ത, സ്വന്തം ഫ്ളാറ്റ്.

മാധുരിയുടെ മനസ്സിൽ അമ്പരപ്പ് വർദ്ധിച്ചു.

ഹൃദയമിടിപ്പ് കൂടി. അയാൾ പറഞ്ഞു.

"ലഗ്ഗേജ് ഇവിടെ ഇരിക്കട്ടെ.

മാധുരിക്ക് താമസസ്ഥലം ശരിയാക്കിയിട്ട് ലഗ്ഗേജ് എടുത്താൽ മതി. ദാ ഈ റോഡിനപ്പുറം കാണുന്ന കൂറ്റൻ കെട്ടിടം കണ്ടോ? അവിടെ കൂടുതലും സ്ത്രീകളാണ്. മാനേജർ എന്റെ പരിചയക്കാരനും ഞങ്ങളുടെ ബാങ്കിലെ ഇടപാടുകാരനുമാണ്.

നടന്നുപോകാനുള്ള ദൂരമേ ഉള്ളു.

റോഡ് ക്രോസ്സ് ചെയ്യണമെന്നു മാത്രം."

അവർ രണ്ടുപേരും ആ ഫ്ളാറ്റ് ലക്ഷ്യമാക്കി ഇറങ്ങി.

അവർ അവിടെ എത്തിയപ്പോൾ സാംസൺന്റെ പരിചയക്കാരൻ മാനേജർ അവിടെ ഉണ്ടായിരുന്നു.

അയാളോട് വിവരങ്ങളെല്ലാം പറഞ്ഞു.

എല്ലാ സൗകര്യങ്ങളുമുള്ള വൺ റൂം കിച്ചൺ ഫ്ളാറ്റ് അവൾക്ക് തരപ്പെടുത്തി. താക്കോൽ വാങ്ങി മാധുരിയെ ആ ഫ്ളാറ്റിലെ താമസക്കാരിയാക്കി.

"ഞാൻ പോയി മാധുരിയുടെ ലഗ്ഗേജുമായി വരാം."

അയാൾ പറഞ്ഞ് മുറിക്ക് പുറത്തിറങ്ങി. അയാളുടെ സ്നേഹവായ്പുകൾ അവളിൽ അയാളോടുള്ള സ്നേഹവും ബഹുമാനവും വർദ്ധിപ്പിച്ചു. ഒരു പ്രണയദാഹം.

സാംസൺ ലഗ്ഗേജുമായി എത്തിയപ്പോൾ അവൾ യാത്രാക്ഷീണം കൊണ്ട് പാതിമയക്കത്തിലായിരുന്നു.

കതകിനു മുട്ടി വിളിച്ചു.

അവൾ കതകുതുറന്നു.

സാംസൺ അവളുടെ ലഗ്ഗേജുകൾ മുറിയ്ക്കകത്തേക്കു വച്ചു.

"ആഹാരമൊക്കെ ഫോൺ വിളിച്ചു മാനേജരോടു പറഞ്ഞാൽ മതി. റൂം നമ്പരും പറയണം. ഇവിടെ എത്തിച്ചോളും. നാളെയല്ലേ ജോയിൻ ചെയ്യുന്നുള്ളു."

ഇത്രയും പറഞ്ഞ് അയാൾ പുറത്തേക്കിറങ്ങി.

"സാംസൺ..." അവൾ വിളിച്ചു.

അയാൾ തിരിഞ്ഞു നിന്നു.

"എന്റെ ബാങ്ക് എവിടയൊണെന്നു കണ്ടുപിടിക്കണം. നാളെ പോയി ജോയിൻ ചെയ്യണം സാംസൺ എനിക്കുവേണ്ടി വളരെ കഷ്ടപ്പെടുന്നു." അവളുടെ വാക്കുകൾ കേട്ട് അയാൾ ചിരിച്ചു.

ഞാൻ ഒരു സഹായം ചെയ്തുവെന്നു മാത്രം. മാധുരി എന്റെ സഹപ്രവർത്തക ആകാൻ പോവുകയല്ലേ. നാളെ രാവിലെ 9 മണിക്ക് എന്റെ ഫ്ളാറ്റിൽ വന്നാൽ ഞാൻ കൊണ്ടു വിടാം." അയാളുടെ വാക്കുകൾ അവൾക്ക് ആശ്വാസമായി.

അടുത്ത ദിവസം രാവിലെ 9 മണിക്കു തന്നെ മാധുരി സാം സൺന്റെ ഫ്ളാറ്റിലെത്തി. അയാളും തയ്യാറായി നിൽക്കുകയായിരുന്നു. നടന്നു പോകുവാനുള്ള ദൂരമേ ഉള്ളു. ആദ്യ ദിവസമല്ലേ. ആട്ടോയിൽ പോകാം. അങ്ങിനെ ബാങ്കിലെത്തി. മാധുരിയെ ബാങ്ക് മാനേജർക്ക് പരിചയപ്പെടുത്തി. ജോയിനിംഗ് റിപ്പോർട്ട് എഴുതി കൊടുത്തു.

ലോൺ സെക്ഷനാണ്. മാനേജർ പറഞ്ഞു.

“സംശയമുള്ളത് ചോദിച്ചാൽ മതി.”

മാധുരി ആ ബാങ്കിന്റെ ഭാഗമായിട്ട് ഇപ്പോൾ മൂന്നുകൊല്ലം ആയിരിക്കുന്നു. അടുത്തുള്ള ഫ്ളാറ്റിലെ താമസക്കാരുമായി സൗഹൃദം സ്ഥാപിക്കുവാൻ മാധുരിക്ക് അധികകാലം വേണ്ടിവന്നില്ല. അവൾ ഇപ്പോൾ സ്വയം പാകം ചെയ്ത് ഭക്ഷണമുണ്ടാക്കുന്നു. അടുത്ത താമസക്കാരുടെ എല്ലാ സഹായവും അവൾക്ക് കിട്ടുന്നുണ്ട്.

നാട്ടിലെ വിശേഷങ്ങൾ ഒട്ടും സന്തോഷകരമായിരുന്നില്ല.

മൂന്നു സഹോദരിമാരും ഭർത്താക്കൻമാരും തമ്മിൽ സ്വത്തുതർക്കത്തിലും കേസിലുമൊക്കെയായി സ്വര ചേർച്ചയില്ലാതെയായി. അതിനാൽ അവൾ വീട്ടിലേക്കു പോയിട്ടില്ല. പോകാൻ താല്പര്യവുമുണ്ടായില്ല. ബാങ്കിലെ ഒരു ജീവനക്കാരനു കോവിഡ് സ്ഥിരീകരിച്ചതിനാൽ ബാങ്കു തൽക്കാലം അടച്ചു.

എല്ലാവരേയും 14 ദിവസത്തെ ക്വാറന്റീനിലാക്കി.

മുറിയിൽ അടച്ചുപൂട്ടിയിരിക്കാൻ തുടങ്ങിയിട്ട് ഒരാഴ്ചചയായി. പുറം ലോകം കാണാനാണ് അവൾ ജനാല തുറന്നത്. പുറം കാഴ്ചകൾ അവൾ കുറെ നേരം നോക്കിനിന്നു.

ഇടതടവില്ലാതെ ഓടുന്ന വാഹനങ്ങൾ.

സർക്കസ്സുകാരെ പോലെ അവയ്ക്കിടയിലൂടെ സഞ്ചരിക്കുന്ന മനുഷ്യർ. അവൾ സാംസൺന്റെ ഫ്ളാറ്റ് കണ്ടു. ജനാല തുറന്നിട്ടിട്ടുണ്ട്. സാംസണായിരിക്കാം. അവ്യക്തമായ രൂപമായിരുന്നു.

അയാളുടെ ശ്രദ്ധ പിടിച്ചുപറ്റാൻ അവൾ കൈകൾ പുറത്തേക്കിട്ട് ചലിപ്പിച്ചു. അത് അയാളുടെ ശ്രദ്ധയിൽ പെട്ടില്ല. റോഡ് തടസ്സമായി നിൽക്കുന്നു. മാധുരിക്ക് അയാളെ കാണണമെന്നു തോന്നി. പക്ഷെ ക്വാറന്റീൻ പീരിഡ് കഴിയാതെ പുറത്തിറങ്ങാൻ കഴിയില്ലല്ലോ. പരിശോധനയിൽ നെഗറ്റീവായിരുന്നു മാധുരിക്ക്.

അവൾ ഉടൻ തന്നെ സാംസണെ വിളിച്ചു സന്തോഷം അറിയിച്ചു. ക്വാറന്റീൻ കാലം അവസാനിച്ചപ്പോൾ ബാങ്ക് അണു വിമുക്ത

മാക്കി വീണ്ടും പ്രവർത്തനം തുടങ്ങി. ബാങ്കിലെ പല പ്രശ്നങ്ങളും സാംസണുമായി സംസാരിച്ച് സംശയനിവൃത്തിവരുത്തുമായിരുന്നു.

വല്ലപ്പോഴും സാംസൺ മാധുരിയുടെ ഫ്ളാറ്റിലും മാധുരി സാംസൺന്റെ ഫ്ളാറ്റിലുമെത്തി സൗഹൃദം ഉറപ്പിച്ചു.

രണ്ടു ദിവസം കഴിഞ്ഞ് അവൾ അവധിയെടുത്തു.

അവൾ സാംസണെ വിളിച്ചു.

"സാംസൺ ജീവിതം മടുത്തു. ഒറ്റയ്ക്കിങ്ങനെ എത്രനാൾ." അവളുടെ വാക്കുകൾ അയാൾ അത്ഭുതത്തോടെ കേട്ടു.

ഇതുവരെ അവൾ ഇങ്ങനെ സംസാരിച്ചിട്ടില്ല.

"ഞാനിന്ന് അവധിയിലാണ്." 'മാധുരി ബാങ്കിലേക്കു പോരു' എന്ന് സാംസൺ. അയാളുടെ ഉള്ളിന്റെയുള്ളിൽ അവളെ പറ്റിയുള്ള വിചാരങ്ങൾ വർദ്ധിച്ചു. അവൾ നേരെ ബാങ്കിലെത്തി. സാംസണ് അത്ഭുതവും സന്തോഷവും തോന്നി.

എന്തു പറയണമെന്നറിയാതെ അയാൾ വിഷമിച്ചു.

"സാംസണിനോട് എനിക്കു കുറച്ചു കാര്യങ്ങൾ പറയാനുണ്ട്."

"എന്താണ്.?"

"ഞായറാഴ്ച എന്റെ ഫ്ളാറ്റിലേക്കു വരൂ."

മാധുരിയുടെ ശബ്ദം ഇടറിയിരുന്നു. അയാൾ സമ്മതിച്ചു.

സാംസൺ ഞായറാഴ്ച മാധുരിയുടെ ഫ്ളാറ്റിലെത്തി.

അവൾ പറഞ്ഞു, "സാംസൺ, എന്റെ ചരിത്രമെല്ലാം സാംസണ് അറിയാമല്ലോ. എനിക്കാരുമില്ല. ഇവിടെ ഒരു സഹായിയായി സാംസൺ മാത്രമേയുള്ളു. നമ്മൾ തമ്മിൽ എല്ലാറ്റിലും നല്ല പൊരുത്തം. എന്നാൽ പിന്നെ..." അവൾ മുഴുപ്പിച്ചില്ല.

അയാൾക്കു ഒന്നു പറയാൻ കഴിഞ്ഞില്ല.

അവൾ വീണ്ടും ചോദിച്ചു.

"എന്നാൽ പിന്നെ..." അയാൾ നിശബ്ദനായി.

അന്നു രാത്രി അയാൾ ഉറങ്ങിയില്ല. അയാളുടെ മനസ്സാകെ മാധുരിയുടെ രൂപം മാത്രം. അവളുടെ ചോദ്യം അയാൾ തന്നോടു തന്നെ ചോദിച്ചു. പതിവില്ലാതെ അയാൾ വളരെ നേരത്തെ എഴുന്നേറ്റു. മാധുരിയെ കാണണം. അവളുടെ ഫ്ളാറ്റിൽ അവൾ ബാങ്കിൽ പോകും മുൻപെ എത്തണം. എനിക്ക് ഇവിടെ ഒരു കൂട്ട് അവൾ മാത്രം. അയാളുടെ ചിന്തകൾ കാടുകയറി.

ധൃതിയിൽ കുളികഴിഞ്ഞ് പുതിയ വസ്ത്രങ്ങളണിഞ്ഞ് അയാൾ മാധുരിയെ കാണാൻ തയ്യാറായി നിന്നു.

അയാൾ ജനാല തുറന്നു മാധുരിയുടെ ഫ്ളാറ്റിലേക്കു നോക്കി.

ജനാല അടഞ്ഞു കിടക്കുന്നു.

അയാൾ കുറെ നേരം അവിടേക്കു നോക്കി നിന്നു.

ആരെയും കണ്ടില്ല.

അയാൾ എന്തോ തീരുമാനിച്ചുറച്ചുകഴിഞ്ഞിരുന്നു.

ഫാനും ലൈറ്റുമെല്ലാം ഓഫാക്കി താക്കോലെടുത്തു പുറത്തേക്കിറങ്ങാൻ തുടങ്ങുമ്പോൾ ഒരു കാളിംഗ് ബെൽ കേട്ടു.

തന്റെ തീരുമാനങ്ങൾക്കു ഭംഗം വരുത്തുന്ന ബെൽ.

അയാൾ അസ്വസ്ഥനായി.

വെറുപ്പോടെ അയാൾ കതകുതുറന്നു.

അതാ മുന്നിൽ മാധുരി.

ലഗ്ഗേജുകളുമായി.

അവൾ പറഞ്ഞു,

“ഞാൻ ഫ്ളാറ്റ് വെക്കേറ്റ് ചെയ്തു. നമുക്ക് ഒരു ഫ്ളാറ്റ് മതി. നിനക്കു ഞാനും എനിക്ക് നീയും കൂട്ടായിട്ടുണ്ട്.”

അയാൾക്കു ഒന്നും പറയാനുണ്ടായിരുന്നില്ല.

‘എന്റെ മനസ്സ് അവൾ കണ്ടിരിക്കുന്നു. അവളുടെ മനസ്സ് എനിക്കു കാണാൻ കഴിഞ്ഞില്ല.’

അയാൾ ചിന്തിച്ചു.

അവളുടെ ലഗ്ഗേജുകൾ എടുത്തുകൊണ്ട് സാംസൺ അയാളുടെ മുറിയ്ക്കുള്ളിലേക്കു പോയി. വലതുകാൽ വച്ച് മാധുരിയും അയാളുടെ പിറകെ നടന്നുകയറി.

ഠഠ

ഒൻപത്

ഇര

ഡൽഹി കൺവൻഷൻ സെന്റർ നിറഞ്ഞു കവിഞ്ഞിരുന്നു. സ്റ്റേജിലെ അലങ്കാരകസേരയിൽ നിന്നും അയാൾ പ്രസംഗിക്കാനായി എഴുന്നേറ്റപ്പോൾ കയ്യടി ഉയർന്നു.

ആ ശബ്ദം അഞ്ചു മിനിറ്റോളം ഹാളിൽ തങ്ങി നിന്നു.

അന്നത്തെ യോഗത്തിലെ മുഖ്യാതിഥിയായിരുന്നു റാംസിങ്ങ്.

അയാളുടെ ഇടതുകാൽ, മുട്ടിനുമുകളിൽ വച്ച് മുറിച്ചുമാറ്റിയിട്ടുണ്ട്. ഒരു മുക്കാലി ഊന്നുവടി ഇടതുകക്ഷത്തിൽ നിലയുറപ്പിച്ചിരുന്നു. പ്രസംഗപീഠത്തിനരികിലേക്കു നടക്കുമ്പോൾ ഇരുന്നു കൊണ്ടു സംസാരിച്ചാൽ മതിയെന്ന് ഹാളിൽ മുഴങ്ങിയ ശബ്ദത്തിൽ നിന്നും അയാൾ തിരിച്ചറിഞ്ഞു.

പക്ഷേ മറുപടി ധൈര്യത്തിന്റെയും ചങ്കുറപ്പിന്റെയും ഒരു ചിരിയായിരുന്നു.

അഴിമതിക്കും അക്രമത്തിനുമെതിരെയുള്ള ഒരു രജിസ്റ്റേഡ് സംഘടന സംഘടിപ്പിച്ചതായിരുന്നു ആ യോഗം. പ്രസംഗപീഠത്തിൽ കൈകൾ ഊന്നിക്കൊണ്ട് അയാൾ പ്രസംഗിക്കാൻ ആരംഭിച്ചു.

“ബഹുമാന്യരെ, സഹോദരീ സഹോദരരെ. തൊട്ടടുത്ത സംസ്ഥാനക്കാരനായ എന്നെ ഇന്നത്തെ ഈ യോഗത്തിൽ മുഖ്യാതിഥിയായി ക്ഷണിച്ചതിന് ഇതിന്റെ ഭാരവാഹികളോട് ആദ്യമായി നന്ദി പറയുന്നു. എന്റെ ഇടത്തെ കാലു മാത്രമേ നഷ്ടമായിട്ടുള്ളൂ. ഞാൻ തന്നെ ഇല്ലാതാവേണ്ടതാണ്. എന്റെ ഉറച്ച ചിന്തകളും അനീതിയ്ക്കും അക്രമത്തിനുമെതിരെ പൊരുതാനുള്ള ദൃഢനിശ്ചയവും എന്നിൽ നിന്നും ഇല്ലാതാക്കാൻ ആ കശ്മലൻമാർക്ക് കഴിഞ്ഞിട്ടില്ല. ആകാശത്തെ തകർക്കുവാൻ ആർക്കെങ്കിലും കഴിയുമോ?

എന്റെ കഥയിലേക്കു കടക്കാം.

ഞാൻ രാവിലെയും വൈകുന്നേരവും നടക്കാൻ ഇറങ്ങുമായിരുന്നു. വൈകിട്ടത്തെ നടത്തം കഴിയുമ്പോൾ 7 മണിയാകും. മുഹമ്മദിന്റെ ചായ പീടികയിൽ കയറി ഒരു ചായ കുടിക്കും.

പിന്നെ കൃഷിത്തോട്ടത്തിലൂടെ നടന്ന് ആ പഴയ ക്ഷേത്രമുറ്റത്തുള്ള ആൽത്തറയിൽ ഇരിക്കും.

അപ്പോഴേക്കും പല സ്ഥലങ്ങളിൽ നിന്നായി ക്ഷേത്രത്തിൽ എത്തിയവർ ആൽത്തറയിൽ എത്തിച്ചേരും.

പിന്നീട് വിവിധങ്ങളായ ചർച്ചകൾ അവിടെ നടക്കും.

ഞാൻ ചർച്ചയ്ക്കു തുടക്കമിടും.

നാട്ടിൽ നടമാടുന്ന അഴിമതികൾ, സ്ത്രീകൾക്കെതിരെയുള്ള പീഡനമുൾപ്പെടെയുള്ള ആക്രമണങ്ങൾ, പണക്കാരുടെയും രാഷ്ട്രീയക്കാരുടെയും ഹുങ്കും അഹങ്കാരവും, ആദിവാസികളെ ചൂഷണം ചെയ്യൽ, ദളിതർക്കുനേരെയുള്ള അതിക്രമങ്ങൾ, മിശ്രവിവാഹത്തെ പ്രോത്സാഹിപ്പിക്കൽ എല്ലാം ചർച്ചയിലെ വിഷയങ്ങളാണ്. മനുഷ്യാവകാശ പോരാളിയായ ഞാൻ രാഷ്ട്രീയക്കാരുടെ തലവേദനയായിരുന്നു.

രാഷ്ട്രീയത്തിലെ അതികായരും അനുയായികളും ഉൾപ്പടെ ആദിവാസിപെൺകുട്ടികളെ പീഡിപ്പിക്കുന്നത് പതിവ് സംഭവമായി. അവിവാഹിതരായ അമ്മമാരെ സംഘടിപ്പിച്ചു. പരാതികളെ പറ്റിയൊന്നും യാതൊരു അന്വേഷണവും ഉണ്ടായില്ല. ഉദ്യോഗസ്ഥരെ പണക്കാർ സ്വാധീനിച്ചു. അവിവാഹിതയും ഗർഭിണിയുമായ ഒരു പെൺകുട്ടിയ്ക്കുവേണ്ടി കോടതിയിൽ കേസ്സ് ഫയൽ ചെയ്തു. ഒപ്പം ഒരു കൊലപാതകക്കേസ്സും ഫയൽ ചെയ്തു.

ഒരു പെൺകുട്ടിയെ നാലുപേർ ചേർന്ന് അതിക്രൂരമായി പീഡിപ്പിച്ചശേഷം പെട്രോൾ ഒഴിച്ച് കത്തിച്ചു കൊന്നു. സി.ബി.ഐ. കേസന്വേഷിക്കുവാൻ കോടതി ഉത്തരവായി. 3 മാസത്തെ അന്വേഷണത്തിനൊടുവിൽ രണ്ടു കേസിലും പ്രതിയായ ഒരാൾ ഉൾപ്പടെ നാലുപേരെ അറസ്റ്റു ചെയ്തു.

എല്ലാവരും 25 നും 35 നും ഇടയിൽ പ്രായമുള്ളവർ.

ശക്തിയായ രാഷ്ട്രീയ സ്വാധീനമുള്ളവർ.

ഭരണകക്ഷിയുടെ സ്തുതിപാഠകർ.

കോടതി മൂന്നു പേരെ ജീവപര്യന്തം തടവിനു ശിക്ഷിച്ചു.

ഒരാളെ കുറ്റക്കാരനല്ലെന്നു കണ്ടു വിട്ടയച്ചു.

20 ഓളം സാക്ഷികളെ ഞാൻ കോടതിയിൽ ഹാജരാക്കി.

അന്നു മുതൽ വധഭീഷണി നേരിടുകയായിരുന്നു ഞാൻ.

പോലീസ് സംരക്ഷണം ആവശ്യപ്പെട്ടെങ്കിലും കിട്ടിയില്ല.

ആൽത്തറയിൽ നിന്നും അന്നു ഞാൻ ഇറങ്ങുമ്പോൾ നേരം ഇരുട്ടിയിരുന്നു. ഇടതൂർന്ന മരക്കൂട്ടങ്ങൾക്കിടയിലൂടെ നടന്നു. പെട്ടെന്നാണ് ഇടിമിന്നലോടെ ശക്തമായ മഴ പെയ്തുതുടങ്ങിയത്. തോട്ടത്തിനുനടുവിൽ ഒരു ഷെഡ്ഡുണ്ട്. തോട്ടത്തിലെ ഉഴവുയന്ത്രങ്ങൾ സൂക്ഷിക്കുന്ന ഒരു ഷെഡ്ഡായിരുന്നു അത്.

മഴയായതുകൊണ്ട് ആ ഷെഡ്ഡിൽ കയറി നിൽക്കാമെന്നു കരുതി. പ്രധാന റോഡ് 300 വാര അകലെയാണ്. കത്തുന്ന തെരുവുവിളക്കിന്റെ വെളിച്ചം ഇവിടേക്കെത്താത്തതിനാൽ ഒന്നും കാണാൻ കഴിയുമായിരുന്നില്ല. വിവിധ ആകൃതിയിലുള്ള മിന്നൽ പിണരുകളുടെ വെളിച്ചത്തിൽ ഷെഡ്ഡിലേക്ക് നടന്നടുക്കുമ്പോഴാണ് ഒരു പെൺകുട്ടിയുടെ ദീനരോദനം കേട്ടത്.

ഞാൻ പെട്ടന്ന് ഷെഡ്ഡിലേക്കു കയറി.

എന്നെ കണ്ടപ്പോൾ മുന്നുപേർ ഇരുട്ടിൽ ഓടി മറഞ്ഞു.

മറ്റയാൾ ആ പെൺകുട്ടിയെ ക്രൂരമായി പീഡിപ്പിക്കുകയായിരുന്നു. അയാൾ എന്നെ കണ്ടു കാണാൻ വഴിയില്ല. അവിടെ കിടന്ന ഒരു കനമുള്ള മരക്കമ്പെടുത്ത് അയാളുടെ തലയ്ക്ക് ശക്തിയായി അടിച്ചു. അയാൾ ബോധരഹിതനായി.

ഞാൻ ആ പെൺകുട്ടിയേയും തോളിലേറ്റി ഇരുളിലൂടെ ഓടി. വീട്ടിലെത്തി വീട്ടുകാരോടു വിവരങ്ങളെല്ലാം പറഞ്ഞു.

അവൾക്ക് നാലുപേരെയും തിരിച്ചറിയാമായിരുന്നു.

ഭയപ്പാടൊക്കെ മാറ്റി രാവിലെ തന്നെ അവളെയും കൂട്ടി പോലീസ്സ് സ്റ്റേഷനിലെത്തി പരാതി നൽകി. പരാതിയിലെ പ്രതികളുടെ പേരു വായിച്ച പോലീസ് ഇൻസ്പെക്ടർ പരാതി ചുരുട്ടി വേസ്റ്റ് ബിന്നിലിട്ടു.

ഇയാളുടെ നോട്ടപ്പുള്ളിയായിരുന്നു ഞാൻ.

അയാൾക്കെതിരെ പരാതിനൽകിയതായിരുന്നു അയാളെ ചൊടിപ്പിച്ചത്.

'നീ പീഡിപ്പിച്ചിട്ട് മാന്യന്മാരുടെ പേരുപറഞ്ഞു രക്ഷപെടാൻ നോക്കുകയാണല്ലേ?' എന്ന് ഉറച്ച ശബ്ദത്തിൽ എന്നോട് ചോദിക്കുകയും എന്റെ കവിളിൽ ആഞ്ഞടിക്കുകയും ചെയ്തു.

'അങ്കിൾ എന്നെ ഒന്നും ചെയ്തില്ല' എന്ന് പെൺകുട്ടി പറഞ്ഞെങ്കിലും 'നിന്നോടൊന്നും ചോദിച്ചില്ലെ'ന്നു പറഞ്ഞ് അവളെ രൂക്ഷമായി ഇൻസ്പെക്ടർ നോക്കി. അവൾ ഭയവിഹ്വലയായി. പോലീസുകാർക്ക് ഈ പകൽമാന്യന്മാർ മാസപ്പടി നൽകുന്നുണ്ടായിരു

ന്നു എന്ന് മനസ്സിലായി. ഞാൻ ഭയപ്പെട്ടില്ല. അവളെയും കൂട്ടി ജില്ലാ പോലീസ് മേധാവിയുടെ അടുത്തെത്തി. പരാതി കൊടുത്തു. ആ പെൺകുട്ടി തന്നെ കാര്യങ്ങളെല്ലാം വിശദീകരിച്ചു. പരാതി കൈപ്പറ്റി രസീത് തന്നു. അദ്ദേഹം അവിടേക്കു സ്ഥലം മാറി വന്നിട്ട് രണ്ടു ദിവസമേ ആയിരുന്നുള്ളൂ. പെൺകുട്ടി നൽകിയ പരാതി അന്വേഷണത്തിനു കുറ്റവാളികളുടെ അറസ്റ്റ്, നിർദ്ദേശവുമായി ഞാൻ ആദ്യം പരാതി നൽകിയ സ്റ്റേഷൻ മേധാവിക്ക് അയച്ചു കൊടുത്തു.

പുതിയ ഡി.എസ്.പിയുടെ സമ്മർദ്ദം കാരണം കുറ്റവാളികളെ അറസ്റ്റു ചെയ്യാതിരിക്കാൻ കഴിഞ്ഞില്ല. പക്ഷേ കോടതിയിൽ കേസ് ഫയൽ ചെയ്തില്ല. പിഴയടച്ചാണത്രേ അവർ പുറത്തിറങ്ങി വിഹരിക്കാൻ തുടങ്ങി. പ്രതികൾ എന്നെ അന്വേഷിച്ച് പലതവണ വീട്ടിൽ വന്നു. ഒരു ദിവസം അവർ എന്നെ കണ്ടെങ്കിലും ഞാൻ പുറം വാതിൽ വഴി രക്ഷപെട്ടു. അന്ന് എസ്.ഐയും അവരോടൊപ്പമുണ്ടായിരുന്നു. കേസ്സ് പിൻവലിക്കണമെന്ന ആവശ്യവുമായിയാണ് അവർ വന്നതെന്ന് പിന്നീടു മനസ്സിലായി.

നമ്മുടെ ജീവിതം എവിടെ വച്ചാണു വഴിതിരിഞ്ഞു പോകുന്നതെന്നറിയില്ല. പരാതിയിലെ ജന്മിമാരും പണക്കാരുമായ പ്രതികൾ പോലീസ്സിനെ വേണ്ടവണ്ണം സ്വാധീനിച്ചു. പെൺകുട്ടിയുടെ വീട്ടുകാരെ ഭീഷണിപ്പെടുത്തി ഒരു ലക്ഷം രൂപ വീട്ടുകാർക്കു നൽകി അവരുടെ വായടപ്പിച്ചു. ജൂമാനഗർ സ്റ്റേഷനിലേക്ക് എന്നെ വിളിപ്പിച്ചു. അവരുടെ അന്വേഷണത്തിൽ ഞാനാണു പ്രതി. ഷെഡ്ഡിൽ നിന്നും ഒരു തോക്കും കണ്ടെടുത്തിട്ടുണ്ട്. വളരെ ഗുരുതരമായ കുറ്റോരോപണങ്ങൾ നിരത്തി എന്നെ അറസ്റ്റു ചെയ്തു. അതനുസരിച്ച് എഫ്.ഐ.ആർ. തയ്യാറാക്കി കോടതിയിൽ കൊടുത്തു. എന്റെ ജീവിതം കീഴ്മേൽ മറിയുകയായിരുന്നു. ക്രൂരമായി ആക്രമിയ്ക്കപ്പെട്ട ഒരുപെൺകുട്ടിയെ രക്ഷിക്കാൻ ശ്രമിച്ചതിനുള്ള ശിക്ഷ ഒരു കുറ്റകൃത്യത്തെക്കാൾ കഠിനമായിരുന്നു. ആദ്യം കേസ്സിൽ സാക്ഷി. പിന്നെ പ്രതി. ടാഡ അടക്കമുള്ള കേസുകൾ ഒന്നിനു പുറകെ ഒന്നായി ചുമത്തപ്പെട്ടു. ഞാൻ ജയിലിലായി. എനിക്ക് വക്കീൽ ഉണ്ടായിരുന്നില്ല. ഞാൻ തന്നെയാണ് കേസ്സ് വാദിച്ചത്. സർക്കാർ വക്കീൽ എന്നെ ശത്രുവായി കണ്ടു.

സത്യാവസ്ഥ വിശദീകരിച്ച് പുനരന്വേഷണം ആവശ്യപ്പെട്ട് ഞാൻ കോടതിയിൽ പരാതി നൽകി. കോടതിക്ക് ഞാൻ പറഞ്ഞതിൽ എന്തോ ശരിയുണ്ടെന്നു തോന്നിക്കാണും. ഡൽഹി പോലീസ്

കമ്മീഷണറോടു പുനരന്വേഷണത്തിനു കോടതി ഉത്തരവായി. കൂടാതെ എനിക്ക് ജാമ്യവും അനുവദിച്ചു. ഒരു ദിവസം നാലഞ്ചു പോലീസുകാർ വീട്ടിൽ വന്ന് എന്നെ പിടികൂടി. ലൈസൻസില്ലാതെ തോക്കു കൈവശം വച്ചു എന്നായിരുന്നു കുറ്റം. കോടതി വളപ്പിൽ വച്ചാണു എന്നെ പിടികൂടയതെന്നായിരുന്നു അവരുടെ വാദം. അതിസുരക്ഷയുള്ള കോടതിവളപ്പിൽ തോക്കുമായി എങ്ങനെ പ്രവേശിക്കാൻ കഴിയും എന്ന യുക്തിസഹജമായ ചോദ്യം അപ്രസക്തമായിരുന്നു. ഇതിനിടെ എസ്.ഐ. സസ്പെൻഷനിലായി. അയാളാണ് ഇതിന്റെ പിന്നിലെന്ന് പിന്നീടാണറിയാൻ കഴിഞ്ഞത്. രണ്ടു വർഷം ജയിൽ വാസം. ഞാൻ കുറ്റക്കാരനല്ലെന്നു മനസ്സിലാക്കി രണ്ടു കേസ്സുകളിലും കോടതി എന്നെ വെറുതെവിട്ടു.

ഇതുകൊണ്ടും അവസാനിച്ചില്ല. പ്രകോപിതരായ പോലീസ് സംഘം ഒരു ദിവസം എന്റെ വീട്ടിൽ ഇരച്ചു കയറി. എന്നെയും ഭാര്യയേയും മകനേയും പിടികൂടി. കഞ്ചാവ് വീട്ടിൽ സൂക്ഷിച്ചു എന്നായിരുന്നു കേസ്സ്. കഞ്ചാവ് വീട്ടിൽ നിന്നും കണ്ടെടുത്തു പോലും. പോലീസുകാർ തന്നെയാണ് കഞ്ചാവ് കൊണ്ടുവച്ചത്. ഞങ്ങളെ മൂന്നുപേരെയും അഴിക്കുള്ളിലാക്കി. 19 കാരനായ മകൻ ഒന്നര വർഷവും എന്റെ ഭാര്യ ഒരു മാസവും കഴിഞ്ഞ് ജയിൽ മോചിതരായി. എനിക്കു 20 മാസം ജയിലിൽ കഴിയേണ്ടി വന്നു. നാട്ടിൽ ഞാൻ ഒരു മഹാകുറ്റവാളിയായി മാറിക്കഴിഞ്ഞിരുന്നു. എന്നെ പിന്നെയും വേട്ടയാടാൻ തുടങ്ങി. ക്ഷേത്രദർശനം കഴിഞ്ഞ് മടങ്ങുമ്പോൾ തോട്ടത്തിൽ വച്ച് നാലഞ്ചു പേർ എന്നെ വളഞ്ഞു. എന്തൊക്കയോ അവർ പുലമ്പുന്നുണ്ടായിരുന്നു. എന്നെ തലങ്ങും വിലങ്ങും അടിച്ചു. വടിവാൾ കൊണ്ട് എന്റെ ഇടത്തെ കാൽ രണ്ടാക്കി. തൊഴിലാളികൾ ഓടിവന്നപ്പോൾ അക്രമികൾ ഓടി രക്ഷപെട്ടു. അങ്ങിനെ ഒരു വർഷം ആശുപത്രി വാസം. തിരികെ വീട്ടിൽ എത്തി.

എങ്ങനെയാണ് കള്ളക്കേസ്സുകൾ ഉണ്ടാകുന്നതെന്ന് എന്റെ അനുഭവത്തിലൂടെ നിങ്ങൾക്ക് മനസ്സിലായി കാണുമെന്നു കരുതുന്നു. മനുഷ്യനെ സ്നേഹിക്കാനുള്ളതാണ്. സമ്പത്ത് ഉപയോഗിക്കാനുള്ളതും. എന്നാൽ മനുഷ്യനെ ഉപയോഗിക്കുകയും സമ്പത്തിനെ സ്നേഹിക്കുകയും ചെയ്യുന്ന ഒരു സമൂഹമാണ് നമുക്ക് ചുറ്റും. കള്ളക്കേസ്സുണ്ടാക്കി നിരപരാധികളെ കേസ്സിൽ കുടുക്കാനുള്ള പോലീസിന്റെ കഴിവ് അപാരമാണ്. ഓരോ ഭരണകൂടവും അവർക്കനുസൃതമായി പോലീസിനെ ഉപയോഗിക്കുന്നു. ഭരണകൂടഭീകരത ഇത്തരം ഏജൻസികളിലൂടെ നമുക്ക് കാണാൻ കഴിയും. ജീവിതം

ദുഃസഹമായപ്പോൾ താമസം അലിഗഡിലേക്കു മാറ്റി.

അവിടെ പലപല തൊഴിലുകൾ ചെയ്തു ജീവിച്ചു.

അലിഗഡിൽ വച്ചു വീണ്ടും കേസ്സായി.

ഡൽഹിയിലുണ്ടായിരുന്ന സസ്പെൻഷനിലായിരുന്ന എസ്.ഐയുടെ സുഹൃത്തായിരുന്നു അവിടുത്തെ ഡിവൈഎസ്പി. അയാളുടെ പ്രേരണയിൽ എന്റെ മേൽ മറ്റൊരു ബലാത്സംഗകേസ്സ് കെട്ടിച്ചമച്ചു. കോടതിയിൽ കേസ്സായി.

പുതിയ ഒരു ജഡ്ജി കോടതിയിലെത്തിയത് എനിക്കാശ്വാസമായി. എന്റെ ജീവിതകഥ മുഴുവൻ ഞാൻ അദ്ദേഹത്തെ ധരിപ്പിച്ചു. പോലീസിനെതിരെ വിജിലൻസ് അന്വേഷണം പ്രഖ്യാപിച്ചു. പരിശോധന നടത്താൻ ഉത്തരവായി. ഒടുവിൽ ഞാൻ കുറ്റക്കാരനല്ലന്നും ഇടതുകാൽ നഷ്ടപ്പെട്ട വ്യക്തിയെ വ്യാജമായി പ്രതി ചേർക്കപ്പെട്ടതിനാൽ പലിശ സഹിതം നഷ്ടപരിഹാരം നൽകാനും ആ തുക ഉത്തരവാദികളായ പോലീസുകാരിൽ നിന്നും ഈടാക്കാനുമായിരുന്നു കോടതി ഉത്തരവ്.

കൂടാതെ മേലിൽ എന്നെ പീഡിപ്പിക്കരുതെന്ന് കോടതി നിർദ്ദേശിച്ചു. എനിക്ക് 8 ലക്ഷം രൂപ നഷ്ടപരിഹാരം ലഭിച്ചു. എന്റെ കഥ സോഷ്യൽ മീഡിയാകളിലും പത്രങ്ങളിലുമൊക്കെ ഇതിനകം വന്നു കഴിഞ്ഞിരുന്നു.

ഭരണകൂടങ്ങളുടെ ശത്രുക്കളാണ് എപ്പോഴും എന്നെപോലെയുള്ള പ്രവർത്തകർ. ഒറ്റയ്ക്കു പൊരുതി ജയിച്ച എന്നെ അംഗീകരിച്ചതിലും ആദരിച്ചതിലും എനിക്ക് അങ്ങേയറ്റം നന്ദിയുണ്ട്.

ഇനിയും അനീതിക്കും അക്രമങ്ങൾക്കുമെതിരെ ഞാൻ പോരാടിക്കൊണ്ടിരിക്കും. നിങ്ങൾ എന്നോടൊപ്പമുണ്ടായാൽ മതി ഞാൻ ദീർഘിപ്പിക്കുന്നില്ല. എല്ലാവർക്കും നന്ദി."

സദസ്സ് നിശബ്ദമായാണ് ഇതെല്ലാം കേട്ടു കൊണ്ടിരുന്നത്.

യോഗം അവസാനിച്ചു ഒരു ഗ്ലാസ് വെള്ളവും കുടിച്ച് റാംസിങ് മടങ്ങാൻ ഇറങ്ങുമ്പോൾ സദസ്സിൽ നിന്നു 'റാംസിങ് സിന്ദാബാദ്...' എന്ന മുദ്രാവാക്യം മുഴങ്ങി.

ഒരു വേഴാമ്പൽ ശബ്ദമുണ്ടാക്കിക്കൊണ്ട് ഹാളിനു മുകളിലൂടെ പറന്നു പോയി.

൦൦

പത്ത്

ആത്മഹത്യ

പെൻഷൻ വാങ്ങിയിട്ട് രണ്ടു ദിവസമേ ആയിരുന്നുള്ളൂ. അദ്ധ്യാപികയായ മകളെ ബസ് സ്റ്റോപ്പിൽ വിട്ടിട്ട് പോരുമ്പോൾ സുധാമണി പറഞ്ഞതോർത്തു. പറഞ്ഞിട്ട് രണ്ടാഴ്ചയോളമായി. അവൾക്ക് ഇപ്പോൾ കായൽ മത്സ്യത്തോടാണ് പ്രിയം. ആ പ്രിയമാണ് രണ്ടാഴ്ച മുമ്പ് എന്നോടു പറഞ്ഞത്. മുപ്പത്തഞ്ചു വർഷത്തെ ദാമ്പത്യത്തിന്റെ ചരടുമുറിയാതെ നിൽക്കുന്നത് ഒന്നുകൂടി ദൃഢതരമാക്കാൻ തീരുമാനിച്ചു.

ആദ്യരാത്രിയിൽ അവളോട് പറഞ്ഞത് ഓർമ്മയിലെത്തി.

“നിന്റെ സന്തോഷമാണ് എന്റെ സന്തോഷം. നിന്റെ കണ്ണു നനയാൻ ഞാൻ ഒരിക്കലും കാരണക്കാരനാവില്ല. നിന്നോടാലോചിക്കാതെ ഞാനൊന്നും ചെയ്യുകയുമില്ല.”

അതു കേട്ടപ്പോഴാണ് അവൾ ആദ്യമായി എന്നെ ആലിംഗനം ചെയ്യുന്നത്. ഒരു ദീർഘനിശ്വാസത്തോടെ അന്നത്തെ രാത്രി ഒരിക്കലും മറക്കാൻ കഴിയില്ല.

50 വാര അകലെ കായൽ തീരത്തു മത്സ്യവില്പനയുണ്ട്. ലേലം വിളിച്ചാണ് വില്പന. രാവിലെവള്ളങ്ങളിൽ എത്തുന്ന മത്സ്യം 8 മണിക്ക് ലേലം തുടങ്ങും.

വിവിധയിനം കായൽ മത്സ്യങ്ങൾ ലേലത്തിന് വച്ചിട്ടുണ്ടാകും.

ലേലം വിളിക്കുന്നത് ഒരു സംഘടനയുടെ നേതൃത്വത്തിലാണ്. അവർ വിളിച്ചുറപ്പിക്കുന്ന തുക മത്സ്യതൊഴിലാളികൾക്കു കിട്ടും.

നഷ്ടമില്ലാത്ത തരത്തിൽ ലേലം നടക്കുന്നതുകൊണ്ട് മത്സ്യതൊഴിലാളികൾക്കും പരിഭവമില്ല.

ലേലം വിളിക്കുന്ന ആളിന് കമ്മീഷൻ കിട്ടും.

അത് സംഘടനയ്ക്കുള്ളതാണ്.

ഞാൻ എത്തിയപ്പോഴേക്കും ലേലം തുടങ്ങിയിരുന്നു. പത്തു രൂപ വീതം കൂട്ടിയേ വിളിക്കാൻ പാടുള്ളൂ എന്നാണ് ചട്ടം. മത്സ്യം വാങ്ങാൻ വന്നവരുടെ നല്ല തിരക്കുണ്ടായിരുന്നു അവിടെ. സുധാമണിക്ക് ഇഷ്ടപ്പെട്ട കരിമീൻ തന്നെ വാങ്ങാമെന്നുറച്ചു. ഒരു പ്ലാസ്റ്റിക്ക്ഷീറ്റിൽ കരിമീൻ ലേലത്തിന് ഇരിപ്പുണ്ടായിരുന്നു. അതിന്റെ ലേലം തുടങ്ങുന്ന സമയവും കാത്ത് ഞാൻ നിന്നു. അരമണിക്കൂർ കഴിഞ്ഞപ്പോൾ അതിന്റെ ഊഴമായി. പത്തുപതിനഞ്ചു പേർ വിളിച്ചു. അവസാനം എന്തും വരട്ടെ എന്നു കരുതി ഒരു തുക ഞാൻ പറഞ്ഞു. എഴുന്നൂറ്റൻപതുരൂപ. പലരും എന്നെ നോക്കുന്നുണ്ടായിരുന്നു. എന്തിനിത്ര വില പറഞ്ഞു എന്നുള്ളതായിരിക്കാം. ഒരു തരം, രണ്ടുതരം, മൂന്നുതരം. കരിമീൻ എന്റെ തലയിൽ കുരുങ്ങി. വിലയും നൽകി വളരെ സന്തോഷത്തോടെ വീട്ടിലെത്തി.

'സുധാമണീ...' എന്ന് നീട്ടിവിളിച്ചു.

അടുക്കളയിൽ നിന്നാണ് മറുവിളി കേട്ടത്.

നേരെ അടുക്കളയിലേക്കെത്തി പ്ലാസ്റ്റിക്ക് കവർ ഉയർത്തികാട്ടി. "ഇതു കായൽ മത്സ്യമാണ്. കരിമീൻ. നീ കുറച്ചുനാളായി പറയുന്നുണ്ടല്ലോ. അതുകൊണ്ട് വിലയല്പം കൂടിയാലും ഞാൻ ലേലം കൊണ്ടു." ഞാൻ ഇത്രയും പറഞ്ഞയുടനേ ചോദ്യം വന്നു.

"എന്തായി വില."

"എഴുന്നൂറ്റൻപതുരൂപ." കേട്ടയുടനെ അവൾ മൂക്കത്തു വിരൽ വച്ചു. അവളുടെ മുഖമാകെ മാറി. പിന്നീട് എന്റെ നോട്ടമില്ലാത്ത ചെലവുകളെ പറ്റിയായി അവളുടെ പരാതി. രണ്ടുപേർ മാത്രമുള്ള വീട്ടിൽ ഇത്രയും രൂപ കൊടുത്തു എന്തിനിത്രയും വാങ്ങി എന്നായിരുന്നു ചോദ്യം.

"അല്ലേലും പൈസ ചെലവാക്കുന്നതിൽ നിങ്ങൾക്ക് യാതൊരു നോട്ടവുമില്ല. അന്നേ ആ കൈനോട്ടക്കാരി പറഞ്ഞതാണ്. കൈമലർത്തി പിടിച്ചാൽ കൈവിരലുകൾക്ക് അകലമുണ്ട്. അങ്ങനെയുള്ളവരുടെ കയ്യിൽ പൈസ ഇരിക്കില്ല." ശബ്ദമുയർത്തി ആദ്യമായിട്ടാണവൾ സംസാരിക്കുന്നത്. അവളുടെ സന്തോഷമുള്ള മുഖം പ്രതീക്ഷിച്ച എന്റെ ഇന്നത്തെ ദിവസം പോക്കാണല്ലോ എന്നു ചിന്തിച്ചുപോയി. അവൾ നിർത്താൻ ഭാവമില്ല.

"ഇത്രയും രൂപയ്ക്ക് എന്തിനാ വാങ്ങിയത്. തന്നെയുമല്ല ഇതു തേങ്ങ വറുത്തുവേണം വയ്ക്കാൻ. ഇവിടെ ഒരൊറ്റതേങ്ങ പോലുമില്ല. എത്ര ദിവസമായി പറയുന്നു. ബാബുവിനെ വിളിക്കാൻ. ഇത് ഫ്രിഡ്ജിലോട്ട് വച്ചേരെ." അവളുടെ വാക്ക് കേട്ട് ഞാൻ വിഷാദമൂ

കനായി. എന്നും മത്സ്യക്കറിവേണ്ടവളെന്തേ ഇങ്ങനെ പറയാൻ? എത്ര ചിന്തിച്ചിട്ടും ഒരുത്തരവും കിട്ടിയില്ല. എന്റെ ഹൃദയത്തെ മുറിവേൽപ്പിച്ചെങ്കിലും അവളുടെ ഹൃദയത്തെ മുറിപ്പെടുത്തേണ്ട എന്നു കരുതി എതിർക്കാൻ പോയില്ല.

കുടുംബാന്തരീക്ഷം മോശമാകരുതല്ലോ.

ബാബുവിനെ മൊബൈലിൽ വിളിച്ചു. ഒരാഴ്ച കഴിഞ്ഞ് ഒരു ഡേറ്റാണ് കിട്ടിയത്. പണ്ട് തോളിൽ ഏണിയും മുതുകിൽ തൂക്കിയിട്ട വെട്ടുകത്തിയുമായി തേങ്ങ ഇടാനുണ്ടോ എന്നു ചോദിച്ച് മുട്ടറ്റം മുണ്ടുടുത്ത ഷർട്ടില്ലാത്ത ചെല്ലപ്പൻ വരുന്നതു കണ്ടിട്ടുണ്ട്. ചെല്ലപ്പന്റെ മരണശേഷം രണ്ടു മക്കൾ നാളികേരം ഇടാൻ ഉണ്ടായിരുന്നു. ഗോപിയും ശേഖരനും.

ഗോപിക്കു പട്ടാളത്തിൽ ജോലിയായി.

കുറേനാൾ കഴിഞ്ഞ് ശേഖരേനെയും പട്ടാളത്തിൽ ചേർത്തു.

പിന്നീട് നാളികേരം ഇടാൻ ആളില്ലാതായി. ശേഖരന്റെ ഭാര്യാസഹോദരൻ ബാബുവാണ് ഇപ്പോൾ ഒരാശ്രയം. ബാബുവിനെ കിട്ടണമെങ്കിൽ നേരത്തെ ബുക്കു ചെയ്യണം. മൂന്നുമാസം കൂടുമ്പോൾ വരും.

പിന്നീടുള്ളവരവെല്ലാം സ്പെഷ്യൽ ആണ്. ആറുവർഷം മുൻപുവരെ നാളികേരം ഇടുന്നതിനു 10 ന് ഒന്ന് എന്ന കണക്കായിരുന്നു കൂലി. ഇപ്പോൾ തേങ്ങ വേണ്ട. ഒരു തെങ്ങിന് നാൽപ്പതു രൂപകൂലി. കായ്ഫലമുള്ള നാലഞ്ചു തെങ്ങേ ഉള്ളു.

തെങ്ങു കുറവായതിനാൽ ബാബുവിന് മടിയുമാണ്.

“എന്താ നിങ്ങൾ ആലോചിച്ചുകൊണ്ടു നിൽക്കുന്നത്?” സുധാമണിയുടെ ഉച്ചത്തിലുള്ള ശബ്ദമാണ് എന്നെ ഉണർത്തിച്ചത്. വീടിനു പിൻഭാഗത്ത് ഒരു തെങ്ങു നിൽപ്പുണ്ട്. അതിൽ നാലഞ്ചു തേങ്ങ വിളഞ്ഞു നിൽക്കുന്നു. മത്സ്യം കേടാക്കി കളയാൻ പറ്റില്ല.

ആരുമറിയാതെ തേങ്ങ ഇടാൻ തീരുമാനിച്ചു. സുധാമണിയുടെ സമ്മതം വാങ്ങാൻ പോയാൽ നടക്കില്ല. 'ദാ ഇപ്പോൾ വരാ'മെന്നു പറഞ്ഞ് പുറത്തേക്കിറങ്ങി. എങ്ങനെയോ തെങ്ങിൽ കയറി മുകളിലെത്തി.

താഴേക്കു നോക്കുമ്പോൾ തലചുറ്റുന്നതുപോലെ.

ആദ്യമായാണ് ഒരു മരത്തിൽ കയറുന്നത്.

വേണ്ടായിരുന്നു എന്ന് തോന്നി.

ഏതായാലും രണ്ടു നാളികേരം അടർത്തി ഇട്ടു. തേങ്ങ വീഴുന്ന ശബ്ദം കേട്ട് സുധാമണി ഓടിവന്നു. തെങ്ങിൻ ചുവട്ടിലെ തേങ്ങ

കണ്ടതും തെങ്ങിൻ മുകളിലേക്കു നോക്കി.

ഞാൻ ഒരു ഓല മടലിൽ തല ചായ്ച്ച് ഇരിക്കുകയായിരുന്നു. എന്നെ അവൾ പല പ്രാവശ്യം വിളിച്ചെങ്കിലും ഞാനൊന്നും കേട്ടില്ല. താഴേക്കു നോക്കുന്തോറും തലചുറ്റൽ കൂടിവന്നു.

സുധാമണി ഉറക്കെ ശബ്ദമുണ്ടാക്കി അയൽക്കാരെയെല്ലാം വിളിച്ചു.

പലരും എന്താ ചേച്ചി എന്നു ചോദിച്ചു ഓടിവന്നു.

അവരെ തെങ്ങിൻ മുകളിലേക്ക് ചൂണ്ടി കാണിച്ചു.

പലരും ഉറക്കെ നിലവിളിച്ചു.

ഞാൻ ഒന്നും കേൾക്കാത്ത ഭാവത്തിൽ ഓലമടലുകൾക്കിടയിൽ തലചായ്ച്ചിരുന്നു. സുധാമണി കരഞ്ഞു നിലവിളിച്ചുകൊണ്ട് വീടിനുള്ളിലേക്കു കയറി കട്ടിലിൽ കിടപ്പായി.

'ആത്മഹത്യ ചെയ്യാൻ കയറിയതായിരിക്കും? ഛേ! ശ്രീധരൻ മാഷ്ക്ക് അതിന്റെ ആവശ്യമെന്ത്? ഉറക്കെ ഒരു ശബ്ദം കേൾക്കാത്ത വീടാണ്. ഇനി ഇന്നു വല്ല വഴക്കുണ്ടായോ?'

അവിടെ എത്തിച്ചേർന്നവർ അവരവരുടെ ചിന്തയനുസരിച്ച് സംസാരിച്ചുകൊണ്ടിരുന്നു.

അവിടയെത്തിയ പഞ്ചായത്തു മെമ്പർ ഫയർഫോഴ്സിൽ വിവരം അറിറയിച്ചു. ഞാൻ വീണ്ടും തെങ്ങോലകളുടെ മറവിലേക്കു നീങ്ങിയിരുന്നു.

ഫയർഫോഴ്സ് വന്നപ്പോഴേക്കും അവിടെ വൻ ജനക്കൂട്ടമായി കഴിഞ്ഞു.

രണ്ടു മണിക്കൂർ നേരത്തെ തീവ്രശ്രമഫലമായി എന്നെ താഴെയിറക്കി. നാണക്കേടു കൊണ്ടു ഞാൻ ബോധരഹിതനെ പോലെ കിടന്നു.

മുഖത്തു വെള്ളം തളിച്ച് കിടപ്പുമുറിയിൽ കൊണ്ടു കിടത്തി.

അതു കൊണ്ടും തീർന്നില്ല.

എവിടെ നിന്നോ പോലീസ് ജീപ്പുമെത്തി.

എന്നെ നേരേ ആശുപത്രിയിലേക്കാണു കൊണ്ടുപോയത്.

സുധാമണി അപ്പോഴേക്കും കരഞ്ഞു കരഞ്ഞ് അവശയായിക്കഴിഞ്ഞിരുന്നു. ആശുപത്രിയിൽ അഡ്മിറ്റ് ചെയ്തു.

ഡോക്ടർ വിവരങ്ങളെല്ലാം അന്വേഷിച്ചു.

എനിക്കൊന്നും പറയാൻ നാവനങ്ങിയില്ല.

സുധാമണിയെ പോലീസ് ചോദ്യം ചെയ്തു.

അവൾക്കൊന്നും അറിയില്ലെന്നു പറഞ്ഞത് പോലീസ് വിശ്വ

സിച്ചില്ല. ഞാൻ തെങ്ങിൻ മുകളിൽ ഇരിക്കുന്നതു മാത്രമാണ് കണ്ടതെന്ന് ആവർത്തിച്ചു പറഞ്ഞു.

"ഇന്നലെ വഴക്കെന്തെങ്കിലുമുണ്ടായോ?"

പോലീസുകാരുടെ ചോദ്യങ്ങൾക്കു മുമ്പിൽ അവൾ വല്ലാതെ വിഷമിച്ചു. അവർ അവരുടെ നിഗമനത്തിൽ എഫ്.ഐ.ആർ തയ്യാറാക്കി പോയി.

രാത്രിയിൽ ആശുപത്രി വാസം.

ഒട്ടും ഉറങ്ങിയില്ല. ഉറങ്ങാൻ കഴിഞ്ഞില്ല.

"എന്തിനാ നിങ്ങൾ തെങ്ങിൽ കയറിയത്?"

സുധാമണിയുടെ ചോദ്യത്തിന് എനിക്കും ഉത്തരമുണ്ടായില്ല.

അവൾ ഇടയ്ക്കിടെ കരഞ്ഞു കൊണ്ടിരുന്നു.

അടുത്ത പ്രഭാതത്തിൽ പത്രവാർത്ത കണ്ടു ഞെട്ടിപ്പോയി. 'ശ്രീധരൻ മാസ്റ്ററുടെ ആത്മഹത്യാശ്രമം ഫയർഫോഴ്സുകാർ വിഫലമാക്കി.' സുധാമണി ബാത്ത്റൂമിലായിരുന്നു.

പത്രം തുണ്ടു തുണ്ടായി കീറി വേസ്റ്റ് ബിന്നിലിട്ടു.

പിന്നെ കുറെ നാളത്തേക്ക് പുറത്തേക്കിറങ്ങിയിട്ടില്ല.

ഒരാത്മഹത്യാ ശ്രമത്തിനാണത്രേ പോലീസ് കേസ്സ് എടുത്തത്.

ഇനി അതിന്റെ പൊല്ലാപ്പ് വേറെ.

എന്താവുമോ എന്തോ?

ooo

പതിനൊന്ന്
പൊന്നി

നല്ല തൂവെള്ള നിറമായിരുന്നു അവൾക്ക്. ഇടത്തെ കവിളിലും ശരീരത്തും കറുത്ത മാർക്കർ പേനകൊണ്ടു കോറിയപോലെ കറുത്ത വര. അതും അവൾക്ക് അഴകായിരുന്നു.

നാലാം ക്ലാസ്സിൽ പഠിക്കുമ്പോൾ മുതൽ ശാലു സൈക്കിളിൽ യാത്ര ചെയ്യാൻ പഠിച്ചിരുന്നു. അഞ്ചാം ക്ലാസ്സിൽ എത്തിയപ്പോൾ സ്കൂൾ അടുത്തായിരുന്നതിനാൽ സൈക്കിളിൽ പോകാൻ അനുവദിച്ചു. സൈക്കിൾ പഠിച്ചപ്പോൾ പല പ്രാവശ്യം വീണിട്ടുണ്ട്. അതിന്റെ അടയാളം കാൽ മുട്ടിൽ മാഞ്ഞുപോയിട്ടില്ല. കുട്ടികളോടൊപ്പം സൈക്കിളിൽ സ്കൂളിലേക്ക് പോകാൻ അതിയായ താല്പര്യവും സന്തോഷവുമാണ്.

ഒരു ദിവസം വൈകിട്ട് സ്കൂളിൽ നിന്നും വരുമ്പോൾ റോഡിലെ വളവിലുള്ള പ്രതിമക്ക് സമീപം കിടക്കുകയായിരുന്നു ഒരു പൂച്ചക്കുട്ടി. ഇന്ദിരാഗാന്ധിയുടെ പ്രതിമ സ്ഥാപിച്ചിരുന്ന സ്തൂപത്തിനു പിറകി ൽ പൂച്ചക്കുട്ടികളെയും പട്ടിക്കുട്ടികളേയും ഉപേക്ഷിക്കുന്നതിനുള്ള ഒരു ഇടമായി മാറിയിരുന്നു.

പണ്ട് സർക്കാർ പുറമ്പോക്കിലെ കൈതപ്പടർപ്പിലായിരുന്നു ഇവയെ ഉപേക്ഷിച്ചിരുന്നത്.

ഇന്ന് ഒരു അംഗൻവാടി അവിടെ ഉയർന്നു കഴിഞ്ഞു.

ശാലുവിന്റെ സൈക്കളിനു പിന്നാലെ കരഞ്ഞുകൊണ്ടു വരുന്നതു കണ്ട് അവളുടെ മനസ്സലിഞ്ഞു. രണ്ടു വിരലുകൊണ്ട് കഴുത്തിൽ പിടിച്ച് ഉയർത്തി സൈക്കിൾ ബാസ്ക്കറ്റിലിട്ടു. വീട്ടിൽ എത്തിയപ്പോൾ ശാലുവിന്റെ മുഖത്തെ ഭാവമാറ്റം അമ്മയിൽ സംശയമുണ്ടാക്കി. എന്താണെന്നന്വേഷിച്ചപ്പോൾ അവളുടെ ഹൃദയമിടിപ്പ് കൂടി. അമ്മയുടെ നിലപാട് എന്തായിരിക്കുമെന്ന് അവൾക്കറിയില്ല.

എന്തും വരട്ടെ എന്നു കരുതി അമ്മയുടെ കയ്യിൽ പിടിച്ചു സൈ

ക്കിളിന്റെ അടുത്തെത്തി സൈക്കിൾ ബാസ്ക്കറ്റിലേക്കു ചൂണ്ടികാണിച്ചു. അമ്മ സൈക്കിളിനടുത്തേക്കു നീങ്ങി നിന്നു. ഒരു പൂച്ചക്കുട്ടി സുന്ദരി. അവളുടെ സൗന്ദര്യം അമ്മയ്ക്കും ഇഷ്ടപ്പെട്ടു.

അമ്മ ചോദിക്കും മുൻപേ അവൾ പറഞ്ഞു തുടങ്ങി.

"അമ്മേ എന്റെ സൈക്കിൾ ഇവളുടെ ദേഹത്തുകൂടി കയറേണ്ടതായിരുന്നു. എന്റെയും അവളുടെയും ഭാഗ്യമെന്നേ പറയേണ്ടു. ഞാൻ സൈക്കിൾ വെട്ടിച്ചുമാറ്റി. എന്നെ വളരെ ദയനീയമായി നോക്കുകയും കരയുകയും ചെയ്തു.

പിന്നീട് ഒന്നും ആലോചിച്ചില്ല.

ഉടൻ തന്നെ അവളെ എടുത്ത് ബാസ്ക്കറ്റിൽ ഇട്ടു.

പാവം പൂച്ചക്കുട്ടി അല്ലേ അമ്മേ.

നമുക്കിതിനെ വളർത്താം. പാറ്റയേയും എലിയേയുമൊക്കെ പിടിക്കും. ഇവളെ കളയല്ലേ അമ്മേ."

ശാലു അമ്മയുടെ അരക്കെട്ട് ചുറ്റിപിടിച്ച് തല ഉയർത്തി അമ്മയുടെ മുഖത്തേക്കു നോക്കി. പാവം അമ്മയ്ക്കു മറുത്തൊന്നും പറയാൻ തോന്നിയില്ല.

അമ്മ അവളുടെ മൂർദ്ധാവിൽ ചുംബിച്ചു. സമ്മതം മൂളി.

ശാലു നേരേ അടുക്കളയിലേക്കോടി.

അവൾക്കു കുടിക്കുവാനായി ഗ്ലാസ്സിൽ അടച്ചുവച്ചിരുന്ന പാലിൽ കുറച്ച് മറ്റൊരു ഗ്ലാസിലേക്കു പകർന്ന് ഒരു പരന്ന പാത്രവുമായി പൂച്ചക്കുട്ടിയുടെ അടുത്തെത്തി. ക്ഷീണം കൊണ്ടു അത് ബാസ്ക്കറ്റിൽ കിടന്ന് ഉറങ്ങുകയായിരുന്നു. അവൾ അതിനെ എടുത്തു താഴെ നിർത്തി.

പാൽ പരന്ന പാത്രത്തിലൊഴിച്ച് മുഖത്തോടടുപ്പിച്ചു.

ആർത്തിയോടെപാൽ അത് കുടിച്ചു തീർത്തു.

പൂച്ചയ്ക്ക് ആഹാരം നൽകുന്നതിൽ ഒട്ടും അമാന്തം കാണിച്ചില്ല. സ്കൂളിൽ പോകുമ്പോൾ പൂച്ചയുടെ കാര്യം പ്രത്യേകം ശ്രദ്ധിക്കണമെന്ന് അമ്മയോട് പറയും. അമ്മയും ശാലുവിനെപ്പോലെ തന്നെ അതിനെ ശ്രദ്ധിച്ചിരുന്നു.

വൈകിട്ട് സ്ക്കൂളിൽ നിന്നു വരുമ്പോൾ നേരെ പൂച്ചയേ അന്വേഷിച്ചാണവൾ പോകുന്നത്. അമ്മ ഹോർലിക്സ് കലക്കി പാൽ നൽകുമ്പോൾ പകുതി പൂച്ചയ്ക്കു നൽകും. വളരെ പെട്ടന്നാണത് വളർന്നത്.

പൂച്ചക്കുട്ടിയ്ക്ക് ഒരു പേരു വേണമെന്ന് അമ്മയോടു പറഞ്ഞു.

ശാലുതന്നെ പേരു നിർദ്ദേശിച്ചു. 'പൊന്നി.'

ക്ലാസ്സിലെ ഏറ്റവും പ്രിയപ്പെട്ട കൂട്ടുകാരിയായിരുന്നു പൊന്നി. ശാലുവിന് ധാരാളം കൂട്ടുകാർ ഉണ്ടായിരുന്നു. എല്ലാവരോടും പൊന്നിയുടെ ദൈനദിന ജീവിതം എങ്ങിനെയെന്ന് പറയുമായിരുന്നു. അവർക്കും പൊന്നിയെ കാണാൻ ആകാംക്ഷയായി. വൈകിട്ട് സ്കൂൾ വിട്ട് വരുമ്പോൾ പൊന്നിയെ കാണാൻ കൂട്ടുകാർ ആരെങ്കിലും അവളോടൊപ്പം ഉണ്ടാകും.

അവരുടെയും ഓമനയായി പൊന്നി മാറിതുടങ്ങി.

ആഴ്ചകൾ പലതു കഴിഞ്ഞു.

സാധാരണ പൂച്ചയെ പോലെയായിരുന്നില്ല അവൾ.

നല്ല അനുസരണയുള്ള കുട്ടി പോലീസ് നായകളെ പോലെ. വീട്ടിലെ ഒരംഗം. അടുക്കളയിൽ കയറുമെങ്കിലും മോഷണമില്ല.

എലിയേയും പാറ്റയേയും പിടിക്കും. എലിയെ പിടിച്ചാൽ ആരുടെ എങ്കിലും മുന്നിൽ കൊണ്ടു വന്നു കാണിച്ച് തന്റെ സാമർത്ഥ്യം ബോധ്യപ്പെടുത്തും.

വീട്ടിനുള്ളിൽ കിടക്കാൻ സൗകര്യപ്പെടുത്തിയിട്ടുണ്ട്.

ഒരു സ്റ്റൂളിൽ തുണിവിരിച്ചിട്ടിരിക്കും. അതിലാണ് കിടപ്പ്.

വെളുപ്പിന് 6 മണിയാകുമ്പോൾ വാതിലിൽ തലയിടിച്ച് ശബ്ദമുണ്ടാക്കും. ആരെങ്കിലും ഉണർന്നശേഷമേ അവൾ പിന്മാറൂ.

പിന്നാലെ അടുക്കളവരെ അനുഗമിക്കും.

മത്സ്യത്തിനോടാണു താല്പര്യം.

ഇറച്ചിയോടു അത്ര പ്രിയമില്ല.

ശാലുവിന്റെ വീട്ടിൽ പൊന്നി പാർക്കാൻ തുടങ്ങിയിട്ട് 18 മാസമായി. ഇപ്പോൾ സന്ധ്യയ്ക്ക് പുറത്തിറങ്ങിയാൽ പിന്നെ വരാതായിരിക്കുന്നു. ഒരു കറുമ്പൻ പൂച്ച അവളെ കാത്തിരിക്കുന്നതു കണ്ടിട്ടുണ്ട്. പൊന്നിയെ ഒറ്റനോട്ടത്തിനു തന്നെ ആർക്കും ഇഷ്ടപ്പെടും.

പൊന്നിയുടെയും കറുമ്പന്റെയും ഒരു പ്രത്യേക ശബ്ദം കേൾക്കാം. ഈ ശബ്ദം കുട്ടികൾക്ക് ഭയമുണ്ടാക്കാറുണ്ട്. ചിലപ്പോൾ വഴക്കു കൂടുന്നതുപോലെയുള്ള ശബ്ദം കേൾക്കാം.

ഈ ബഹളങ്ങളെല്ലാം അരമണിക്കൂറിനുള്ളിൽ ശമിക്കും.

ഇപ്പോൾ ശാലുവിനോടും മറ്റുള്ളവരോടും പൊന്നിക്കുണ്ടായിരുന്ന അടുപ്പത്തിനു കുറവുവന്നതു പോലെ.

അന്നൊരു ഞായറാഴ്ചയായിരുന്നു.

പകൽ കറുമ്പൻപൂച്ചയുടെ വിളികേട്ടു.

പൊന്നിക്കു ശാലു ബിസ്ക്കറ്റ് കൊടുത്തു കൊണ്ടിരിക്കുകയായിരുന്നു. പെട്ടെന്ന് അവളുടെ ശ്രദ്ധ ആ വിളിയിലേക്കു തിരിഞ്ഞു.

ബിസ്ക്കറ്റ് മുഴുവനും കഴിയ്ക്കാതെ അവൾ പുറത്തേക്കോടി. 4 മണി കഴിഞ്ഞിരുന്നു. കറുമ്പന്റെ ശബ്ദം കേട്ട സ്ഥലത്തേക്കവൾ ഓടി. ശാലു പുറത്തേക്കിറങ്ങി നോക്കിയെങ്കിലും അവളെ അവിടെങ്ങും കാണാൻ കഴിഞ്ഞില്ല.

സന്ധ്യയായപ്പോൾ പമ്മി പമ്മി അവൾ വീട്ടിലേക്കു കയറിവന്നു. മുഖം കുനിച്ച് ഏറുകണ്ണിട്ട് എല്ലാവരേയും നോക്കുന്നുണ്ടായിരുന്നു.

"നീ എവിടായിരുന്നെടീ ഇതുവരെ?" ശാലുവിന്റെ ചോദ്യം കേൾക്കാത്ത മട്ടിൽ നേരേ അടുക്കളയിലേക്കു കയറി. വിശന്നിട്ടായിരിക്കുമെന്നു കരുതി ശാലു ബിസ്ക്കറ്റു കൊടുത്തെങ്കിലും അവൾ കഴിച്ചില്ല. അവൾക്കു വച്ചിരുന്ന പാൽ പൊന്നിയുടെ ഭക്ഷണ പാത്രത്തിൽ ഒഴിച്ചു കൊടുത്തു. ആർത്തിയോടെ അവൾ അതു കുടിച്ചുതീർത്തു. ഓരോ ദിവസം കഴിയുന്തോറും അവൾക്ക് ക്ഷീണം കൂടിവന്നു. എപ്പോഴും സ്റ്റൂളിൽ കിടന്നുറക്കം തന്നെ. ഇപ്പോൾ കറുമ്പന്റെ വിളി കേട്ടാലും പോകാറില്ല.

ശാലു പൊന്നിക്കു കൊടുക്കുന്ന പാലിന്റെ അളവു കൂട്ടി.

മാസങ്ങൾ രണ്ടു കഴിഞ്ഞു. പൊന്നി ഇപ്പോൾ തടിച്ചുകൊഴുത്തിരിക്കുന്നു. ശാലു ബിസ്ക്കറ്റും പാലും ഒക്കെ കൊടുക്കുന്നതുകൊണ്ടാണ് പൊന്നിതടിച്ചുകൊഴുത്തിരിയ്ക്കുന്നതെന്നാണ് അവൾ അമ്മയോടു പറഞ്ഞത്.

"പൊന്നിക്കു കുട്ടികളുണ്ടുവാൻ പോകുന്നു. അറുപത്തിരണ്ടു ദിവസം കഴിഞ്ഞാൽ പ്രസവിക്കും.?" അമ്മയുടെ മറുപടി കേട്ട് അവൾക്കു അത്ഭുതവും സന്തോഷവും തോന്നി.

62 ദിവസമാണ് പൂച്ചയുടെ ഗർഭകാലമെന്നത് അവൾക്ക് ഒരു പുതിയ അറിവായിരുന്നു. ഒരു ദിവസം അവൾ പ്രസവിച്ചു.

കുഞ്ഞുങ്ങളുടെ കരച്ചിൽ കേട്ടാണ് ശ്രദ്ധിച്ചത്.

മൂന്നുകുഞ്ഞുങ്ങൾ രണ്ടെണ്ണം കറുത്തതും ഒന്ന് അവളെ പോലെ വെളുത്തതും. സ്റ്റോർമുറിയിലായിരുന്നു പ്രസവം.

ശാലു അമ്മയെ വിളിച്ചു കാണിച്ചു.

"ദേണ്ടെ ഒരു ഡാക്ടറുമില്ല ആശുപത്രിയുമില്ല."

അമ്മയുടെ പറച്ചിൽ കേട്ട് ശാലു പറഞ്ഞു.

"ശരിയാ."

ഇപ്പോൾ പൂച്ചയുടെ അടുത്തോട്ടു പോകരുതെന്ന് അമ്മ നിർദ്ദേശിച്ചു. എങ്കിലും ശാലു അടുത്തേക്കു നീങ്ങി.

'പൊന്നീ...' എന്നു വിളിച്ചെങ്കിലും ഇഷ്ടപ്പെടാത്ത തരത്തിലു

ള്ള ഒരു പ്രത്യേക മുരൾച്ചയാണു കേട്ടത്.

ആ ശബ്ദവും നോട്ടവും അവളെ ഭയപ്പെടുത്തി.

അവൾ സൂക്ഷിച്ചു നോക്കി.

ഒരു പൂച്ചക്കുഞ്ഞിനെ കാണാനില്ല.

കരഞ്ഞുകൊണ്ട് അമ്മയുടടുത്തേക്കോടി.

അമ്മ അവളെ സമാധാനിപ്പിച്ചു.

“പ്രസവിച്ചു കഴിഞ്ഞാൽ ഒരു കുഞ്ഞിനെ തള്ളപൂച്ച തിന്നുമത്രേ. അതാണതിന്റെ പ്രസവശുശ്രൂഷയ്ക്കുള്ള മരുന്ന്. പൂച്ചക്കുട്ടികൾക്ക് മൂന്നാഴ്ചവരെ സ്വയം മലമൂത്രവിസർജ്ജനം നടത്താൻ കഴിയില്ല. തള്ളപൂച്ച അടിവയറിളക്കി മലമൂത്രവിസർജ്ജനത്തിനായി ഉത്തേജിപ്പിക്കും. ആറാഴ്ചയാകുമ്പോൾ തള്ള കുട്ടികളെ സ്വയം ആഹാരം തേടാൻ പരിശീലിപ്പിക്കും.18 മാസമാകുമ്പോൾ ഇവ പ്രായപൂർത്തിയാകും.”

അമ്മയുടെ വിശദീകരണം ശാലു അതിശയത്തോടെ കേട്ടു നിന്നു.

“ആൺ പൂച്ചയെ സൂക്ഷിച്ചോണം അവൻ നിന്റെ കുഞ്ഞുങ്ങളെ കൊല്ലും.”

അമ്മ പൂച്ചയെ നോക്കി പറഞ്ഞത് ശാലുവിന് ഒരു പുതിയ അറിവായിരുന്നു.

പ്രസവിച്ചു കിടക്കുമ്പോൾ ആൺപൂച്ച പെൺപൂച്ചയുടെ അടുത്തെത്തിയാൽ നഖങ്ങൾ വെളിയിലേക്കാക്കി ഒരടിയും മാന്തും ഒന്നിച്ചു കഴിയും. നായ്ക്കൾ അടുത്തെത്തിയാലും ഇതുതന്നെ സംഭവിക്കും. തന്റെ കുഞ്ഞുങ്ങളുടെ സംരക്ഷണത്തിനാണത്. അവ കരഞ്ഞുകൊണ്ടോടും. കുഞ്ഞുങ്ങളെ സംരക്ഷിക്കുവാനുള്ള അവയുടെ മികവ് കണ്ടു പഠിക്കേണ്ടതാണ്. മുലയൂട്ടുന്നതിലും അതീവശ്രദ്ധയാണ്. ഒരു പ്രത്യേകശബ്ദം പുറപ്പെടുവിച്ചാണ് കുഞ്ഞുങ്ങളെ പാലൂട്ടാൻ വിളിയ്ക്കുന്നത്. ഓരോന്നിനും ഓരോ തരത്തിലുള്ള ശബ്ദമാണ് പുറപ്പെടുവിക്കുന്നത്.

ഒരു ദിവസം ഒരാൺപൂച്ച സ്റ്റോറൂമിൽ നിന്നും ഇറങ്ങി പോകുന്നത് ശാലു കണ്ടു. അതിനെ മുൻപെങ്ങും കണ്ടിട്ടില്ല.

പൊന്നിയുടെ പ്രത്യേക ശബ്ദം കേട്ടാണ് നോക്കിയത്.

ശാലുവിനെ കണ്ടപ്പോൾ അവൻ ഇറങ്ങി ഓടി.

തന്റെ താവളം കണ്ടു പിടിച്ചിരിക്കുന്നു എന്ന് പൊന്നിക്കു മനസ്സിലായി. കുറേക്കൂടി സുരക്ഷിതമായ സ്ഥലം തേടി അവൾ നടന്നു. ആൾപ്പാർപ്പില്ലാത്ത ഒരു ഷെഡ്ഡ് അവൾ കണ്ടെത്തി.

കഴുത്തിനു കടിച്ചുപിടിച്ചു ഓരോ കുഞ്ഞുങ്ങളെയായി അവൾ പുതിയ വാസസ്ഥലത്തേക്കു കൊണ്ടുപോയി.

അവളെ കാണാഞ്ഞു ശാലു വളരെ സങ്കടപ്പെട്ടു.

കുഞ്ഞുങ്ങൾക്ക് മുലകൊടുത്തിട്ടു വരുമെന്ന് അമ്മ സമാധാനിപ്പിച്ചു. പൊന്നി ഇപ്പോൾ രാത്രിയിലെങ്ങും പോകാറില്ല.

മാസങ്ങൾ പലതു കഴിഞ്ഞു.

മീൻവിൽപ്പനക്കാരൻ അസൈനാറുടെ ശബ്ദം കേട്ടാൽ ഉടൻ അവർ ഓടിയെത്തും. അവൾ മാത്രമല്ല സമീപത്തുള്ള പൂച്ചകളെല്ലാം അസൈനാരുടെ ചുറ്റും കൂടും. അയാൾ ചെറിയ മത്സ്യങ്ങളെല്ലാം ഇട്ടു കൊടുക്കും. അസൈനാർക്ക് പൊന്നിയെ വളരെ ഇഷ്ടമാണ്. മത്സ്യം കടിച്ചെടുത്തു കുഞ്ഞുങ്ങളുടെ അടുത്തേക്ക് ഒരോട്ടമാണ്. ഒരു ദിവസം പൊന്നിയെ കണ്ടില്ലെങ്കിൽ അവൾക്കുള്ള വിഹിതം അസൈനാർ ശാലുവിന്റെ അമ്മയെ ഏൽപ്പിക്കും.

"മിണ്ടാപ്രാണികളല്ലേ നന്ദിയുള്ളവരാണ്. നായ്ക്കളെ സൂക്ഷിച്ചോണം." അസൈനാർ പറയും.

പൂച്ച കുഞ്ഞുങ്ങളെല്ലാം വളർന്നു വലുതായി.

കുതിച്ചുചാടി പായുക. പാഞ്ഞ് മരത്തിൽ കയറുക. പരസ്പരം കെട്ടി മറിയുക. തള്ളപൂച്ചയുടെ വാലിൽ കടിയ്ക്കുക. തള്ള അപ്പോൾ വാൽ ചലിപ്പിക്കാൻ ശ്രമിക്കും. അങ്ങനെ എന്തെല്ലാം കുസൃതികളാണ് അവയുടേത്. കൂടുതൽ കുസൃതി കാണിച്ചാൽ തള്ള ഓടിച്ചെന്ന് ശകാരിക്കും. സ്വയം ഇരതേടി പോകുന്നതുവരെ തള്ളപൂച്ച കൂടെ കാണും. പിന്നീട് തള്ളയുടെ അടുത്തെത്തിയാൽ ശീൽക്കാരം പുറപ്പെടുവിച്ച് ഓടിക്കും.

'നിങ്ങൾ പോയി സ്വയം ആഹാരം തേടൂ' എന്നാണതിനർത്ഥം.

കുഞ്ഞുങ്ങളെ പൊന്നി ശ്രദ്ധിക്കാതെയായിരിക്കുന്നു. വീണ്ടും ചില ആൺപൂച്ചകളുടെ ശബ്ദം ഇരുളിൽ കേട്ടു തുടങ്ങി. പൊന്നി വീണ്ടും രാത്രി സഞ്ചാരം തുടങ്ങിയിരിക്കുന്നു. പൂച്ചകൾ തമ്മിലുള്ള യുദ്ധ ശബ്ദങ്ങൾ കേൾക്കാം. പൊന്നി ഇപ്പോൾ സ്വതന്ത്രയാണ്. അവൾക്ക് ഇഷ്ടമുള്ള പൂച്ചയോടൊപ്പം പോകാം. അന്നു രാത്രി പൊന്നിയെ കാണാനില്ല. എവിടെപ്പോയി എന്നൊരറിവുമില്ല. പലേടത്തും അന്വേഷിച്ചെങ്കിലും കണ്ടെത്താൻ കഴിഞ്ഞില്ല.

"അവൾ ഓടിയൊളിച്ചതാകാം."

അമ്മ തമാശയായി പറഞ്ഞു. അന്ന് ആ വീട് മൂകമായിരുന്നു.

○○

പന്ത്രണ്ട്

പലായനം

ഡൈനിംഗ് ടേബിളിൽ രണ്ടു കൈകളും ഊന്നി തല കൈപ്പത്തിയ്ക്കുള്ളിലാക്കി കുനിഞ്ഞിരുന്ന് എന്തോ ആലോചിക്കുകയായിരുന്നു രാഘവൻ മാഷ്. രാജലക്ഷ്മി കുറേ നേരമായി അവിടെ വന്നു നിൽപ്പുണ്ട്. ശ്രദ്ധിക്കാത്തതിനാൽ കുറേക്കൂടി അടുത്തു ചെന്നു തട്ടി വിളിച്ചു.

"രാഘവേട്ടാ..." അനക്കമില്ല. ഒന്നുകൂടി തട്ടി വിളിച്ചു.

"രാഘവേട്ടാ... എന്തു പറ്റി നിങ്ങൾക്ക്." മാഷ് എന്തോ ഓർത്തിട്ടെന്ന പോലെ പെട്ടെന്ന് കണ്ണ് തുറന്നു തിരിഞ്ഞിരുന്നു.

"എന്താ രാഘവേട്ടാ പതിവില്ലാതെ ഒരു ആലോചന. എന്തു പറ്റി? എന്നോടു പറയാൻ മടിയുണ്ടോ? പരസ്പരം മനസ്സു തുറന്നുള്ള സംസ്സാരമാണ്. ഏതൊരു ബന്ധത്തിന്റെയും അടിത്തറയെന്ന് രാഘവേട്ടൻ പറഞ്ഞിട്ടില്ലേ."

"നീ അറിയാത്ത എന്തെങ്കിലും ബന്ധം എനിക്കുണ്ടോ രാജം? എനിക്കിവിടെ മടുത്തു തുടങ്ങി. ഇനി എന്തു ചെയ്യാൻ എന്നു ആലോചിച്ചിരിക്കുകയായിരുന്നു. ഇന്നത്തെ ദിവസം നിനക്കറിയില്ലേ?" രാജലക്ഷ്മിയുടെ ചോദ്യത്തിന് ഇതായിരുന്നു മറുപടി.

രാഘവൻ മാഷുടെ അച്ഛൻ ശേഖരൻ ഒരു കർഷക തൊഴിലാളിയായിരുന്നു. ശേഖരൻനായർ. രാഘവനും അച്ഛനെ സഹായിക്കാൻ പോകുമായിരുന്നു. രണ്ടു പെണ്ണും ഒരാണുമായിരുന്നു ശേഖരന്റെ മക്കൾ. രണ്ടാമനായിരുന്നു രാഘവൻ. തന്റെ അദ്ധ്വാനത്തിൽ നിന്നും സ്വരുക്കൂട്ടിയ പണം കൊണ്ടു രണ്ടു പെൺമക്കളെയും വിവാഹം ചെയ്തയച്ചു.

രാഘവൻ പത്താം ക്ലാസ് ഫസ്റ്റ് ക്ലാസിൽ പാസ്സായി.

അയാളെ പഠിപ്പിച്ച ഗോവിന്ദൻ മാഷിന്റെ നിർബന്ധത്തിലാണ് ടി.ടി.സിയ്ക്കു പോയത്.

അതും നല്ല മാർക്കോടെ പാസ്സായി.

രണ്ടു കൊല്ലം കഴിഞ്ഞപ്പോൾ സർക്കാർ സർവ്വീസിൽ പ്രൈമറി അദ്ധ്യാപകനായി ജോലികിട്ടി.

3 വർഷം കഴിഞ്ഞപ്പോൾ അച്ഛനും അമ്മയും മരിച്ചു.

ജോലികിട്ടുമ്പോൾ 1965-ൽ രാഘവൻമാഷുടെ ശമ്പളം 125 രൂപയായിരുന്നു. ആ സ്കൂളിൽ തന്നെ ജോലിയുണ്ടായിരുന്ന രാജലക്ഷ്മി ടീച്ചറെ വിവാഹം ചെയ്തു.

ആ രാജലക്ഷ്മി ടീച്ചറാണ് രാഘവൻ മാഷെ തട്ടി വിളിച്ചത്.

രാഘവൻ മാഷുടെ കണ്ഠമിടറി.

"രാജം നിനിക്കറിയുമോ ആകെ ഉണ്ടായിരുന്ന അച്ഛന് കുടികിടപ്പുകിട്ടിയ 10 സെന്റിൽ അഞ്ചു സെന്റു വീതം സഹോദരിമാർക്കാണ് കൊടുത്തത്. വരന്റെ വീട്ടുകാർ പെണ്ണിനെന്തുണ്ടെന്ന് ചോദിച്ചപ്പോൾ കൈമലർത്തിയില്ല. അച്ഛനുള്ളപ്പോൾ തന്നെ അവരെ അയച്ചില്ലെങ്കിൽ എനിക്കായിരിക്കും ഭാരമെന്നുപറഞ്ഞപ്പോൾ എനിക്കൊന്നും വേണ്ട എന്നാണു ഞാൻ പറഞ്ഞത്.

"ഒന്നുമില്ലാത്ത ഒരാളെയല്ലേ എനിക്കു കിട്ടിയത്?"

ടീച്ചർ ഇടയ്ക്കു കയറി പറഞ്ഞു.

പലപ്പോഴും ഇതു പറഞ്ഞിട്ടുള്ളതുകൊണ്ടു രാഘവൻ മാഷ്ക്ക് അതു പുതുതായി തോന്നിയില്ല. സഹോദരിമാർക്കു നൽകിയ 10 സെന്റും ചെറിയ വീടും അവരുടെ ഭർത്താക്കൻമാർ വിൽക്കാൻ തീരുമാനിച്ചു. രാഘവൻ മാഷ്ക്ക് കൊടുത്താൽ ശരിയായ വില കിട്ടില്ലെന്ന് ഒരു സഹോദരിയുടെ ഭർത്താവ് പറഞ്ഞത് രാജലക്ഷമി ടീച്ചർ കേട്ടു. രാഘവൻ മാഷ് ഈ വിവരം അറിഞ്ഞെങ്കിലും ഒന്നും ചോദിക്കാൻ പോയില്ല. മറ്റുള്ളവർ പറയുന്ന വിലയിൽ അല്പം കൂടി കൂട്ടി നൽകി 10 സെന്റും ചെറിയ വീടും വാങ്ങാൻ രണ്ടു പേരും കൂടി തീരുമാനിച്ചു.

കാരണം അവർ ആ വീട്ടിലാണല്ലോ താമസിച്ചത്.

അവരുടെ ഓരോ ശ്വാസത്തിലും ആ മണ്ണിന്റെ മണം ഉണ്ടായിരുന്നു. ഉടനെ മറ്റൊരിടത്തേക്കു മാറേണ്ടി വന്നാലുള്ള കാര്യം മാഷ്ക്ക് ആലോചിക്കാൻ കഴിയുമായിരുന്നില്ല. സാമ്പത്തിക ഞെരുക്കം ഉണ്ടായിരുന്നെങ്കിലും 10 സെന്റും ആ ചെറിയ വീടും കൂടി മാഷ് വിലയ്ക്കു വാങ്ങി.

കുറച്ചു വർഷങ്ങൾക്കു ശേഷം രണ്ടു പേരുടെയും ശമ്പളത്തിൽ മിച്ചംവെച്ച് സ്വരുക്കൂട്ടിയ തുകയും ബാങ്കിൽ നിന്നെടുത്ത ലോൺ തുകയും ചേർത്ത് വീടിനോടു ചേർന്നു കിടന്ന ഒരു 10 സെന്റു

കൂടി വാങ്ങി.

നല്ലൊരു അധ്വാനികൂടിയായിരുന്നു മാഷ്. 20 സെന്റ് സ്ഥലത്തു എല്ലാ വിളകളും കൃഷിചെയ്തു. സ്കൂളിൽ നിന്നും എത്തിയാലുടൻ കൃഷിത്തോട്ടത്തിലാണ്. ടീച്ചറും സഹായത്തിനുണ്ടാകും. വീട്ടിലേക്കാവശ്യമുള്ളവ എടുത്തശേഷം ബാക്കി വിൽക്കുമായിരുന്നു. അയൽക്കാർക്കു വില വാങ്ങാതെ നൽകിയിരുന്നു.

നല്ല മനസ്സിന്റെ ഉടമകളായിരുന്നു രണ്ടുപേരും.

ഏകമകൻ ജയമോഹനനെ എം.ടെക് വരെ പഠിപ്പിച്ചു. അവൻ പഠിക്കാൻ സമർത്ഥനും കാണാൻ സുമുഖനുമായിരുന്നു. ലണ്ടനിലാണ് ജോലി ലഭിച്ചത്. അതിനുശേഷമായിരുന്നു അയാളുടെ വിവാഹം.

സാമ്പത്തികമായി വളരെ ഉയർന്ന ഒരു കുടുംബത്തിലെ പെൺകുട്ടി. ജയന്തി എന്നായിരുന്നു അവളുടെ പേര്.

ആ ചെറിയ വീട്ടിലെ താമസവുമായി ജയന്തിക്കു പൊരുത്തപ്പെട്ടു പോകുവാൻ കഴിഞ്ഞില്ല. വീട്ടിൽ മറ്റാരുമില്ലാത്തതുകൊണ്ട് അവളെ അച്ഛനമ്മമാരോടൊപ്പം നിർത്തിയിട്ടാണ് ജയമോഹൻ ലണ്ടനിലേക്കു പോയത്.

തുണി അലക്കാൻ മെഷീൻ ഇല്ലാത്തതിനാൽ ഒരു ദിവസം തുണിയെല്ലാം ബാഗിലാക്കി അവളുടെ വീട്ടിലേക്കു പോയി. രാഘവൻ മാഷ്ക്ക് അത് അന്തസ്സിന്റെ പ്രശ്നമായി മാറി.

അവൾ തിരികെ വന്നപ്പോൾ മാഷ് തന്റെ നീരസം അവളെ അറിയിച്ചു.

“ഞങ്ങൾ ഇതുവരെ സ്വയം അലക്കിയാണു വസ്ത്രങ്ങൾ ഉപയോഗിച്ചിട്ടുള്ളത്. വേണമെങ്കിൽ ഒരു വാഷിങ് മെഷീൻ വാങ്ങാമായിരുന്നല്ലോ? മേലിൽ ഇതാവർത്തിക്കരുത്.”

പരുഷമായ വാക്കുകൾ അവൾക്കു വേദനയുണ്ടാക്കി.

“എന്റെ അച്ഛനേയും അമ്മയേയും പറഞ്ഞാൽ മതിയല്ലോ! എന്റെ തലവിധി.” അവളുടെ മറുപടി കണ്ണീരോടെ ആയിരുന്നു. രാഘവൻ മാഷ് ഒന്നും പറഞ്ഞില്ല. പക്ഷേ പ്രശ്നം രണ്ടിരട്ടിയാക്കി ലണ്ടനിലെത്തി. ജയമോഹൻ ഇതിനെ സംബന്ധിച്ചൊന്നും അച്ഛനോടു ചോദിച്ചില്ല. എങ്കിലും പെട്ടെന്നു തന്നെ പാസ്പോർട്ടും വിസയുമെല്ലാം ശരിയാക്കി ടിക്കറ്റും അയച്ചു കൊടുത്തു. അങ്ങിനെ ജയന്തി ലണ്ടനിലെത്തി. മാഷും ടീച്ചറും ഒറ്റയ്ക്കായി.

ജയമോഹൻ മൂന്നുവർഷം കൂടുമ്പോൾ അച്ഛനമ്മമാരെ കാണാൻ വരും. ജയന്തി അപ്പോഴൊന്നും കൂടെ വന്നിരുന്നില്ല.

എന്താണ് അവളെ കൂടി കൊണ്ടുവരാഞ്ഞത് എന്നു ചോദിച്ചാൽ ടിക്കറ്റ് കിട്ടിയില്ല എന്ന മറുപടി ആയിരുന്നു. വർഷങ്ങൾ കടന്നു പോയി. ജയന്തിക്കു രണ്ടു മക്കൾ പിറന്നു. ഒരാണും ഒരു പെണ്ണും. രണ്ടു പ്രസവവും ലണ്ടനിലായിരുന്നു. ഇതിനിടെ ജയമോഹനന് ചില്ലറ അസുഖങ്ങളൊക്കെ പിടിപെട്ടു. പരിശോധനയിൽ വൻകുട ലിനായിരുന്നു പ്രശ്നം. നാട്ടിൽ നല്ല ചികിത്സ ലഭിക്കുമെന്നും അതിനാൽ തിരികെ പോരുവാനും മാഷ് നിർദ്ദേശിച്ചു.

അങ്ങനെ നാട്ടിലേക്കു പോരുവാൻ അയാൾ തീരുമാനിച്ചു.

വിവരം ജയന്തിയോടു പറഞ്ഞു.

ജയന്തിക്ക് ലണ്ടനിൽ ഒരു ജോലി ലഭിച്ചിരുന്നു. അതുപേക്ഷി ക്കുവാൻ അവൾക്കു പ്രയാസമായി. മക്കൾക്കു നല്ല വിദ്യാഭ്യാസം നൽകണം. അതിന് നാട്ടിൻ പുറം പറ്റില്ലെന്ന് അവൾ ശഠിച്ചു. കൂടാ തെ ആ വീട്ടിൽ താമസിക്കാൻ അവൾക്കു പറ്റില്ലെന്നും അറിയിച്ചു. ജയമോഹൻ ആകെ ധർമ്മസങ്കടത്തിലായി.

ലണ്ടനിൽ വെച്ചുതന്നെ കൊച്ചിയിലെ ചില കമ്പനികളുമായി അയാൾ ബന്ധപ്പെട്ടിരുന്നു ഒരു പ്രശസ്ത കമ്പനിയിൽ ഓഫർ വന്നിരുന്നു. ഉടൻ നാട്ടിൽ എത്തുമെന്നും പിന്നീട് വന്നു ജോയിൻ ചെയ്യാമെന്നും കമ്പിനിയെ അറിയിച്ചു.

ജയന്തിയുടെ സമ്മർദ്ദത്തിനു വഴങ്ങി. കൊച്ചിയിൽ ഫ്ളാറ്റുവാ ങ്ങാനയാളുറച്ചു. ആ ഉറപ്പിൽ ജയന്തിയും മക്കളും ജയമോഹന നോടൊത്തു വെക്കേഷനിൽ നാട്ടിലേക്കു പോന്നു. വീട്ടിലെത്തി ഒരാഴ്ച കഴിഞ്ഞ് ഫ്ളാറ്റു വാങ്ങാനുദ്ദേശിക്കുന്ന കാര്യം അച്ഛനമ്മമാരോടു പറഞ്ഞു. മാഷും ടീച്ചറും പരസ്പരം നോക്കി നിന്നതേ യുള്ളു. അടുത്ത ദിവസം ഉച്ചയൂണു സമയത്താണ് ജയമോഹൻ പ റഞ്ഞത്.

“അച്ഛാ കൊച്ചിയിൽ ഒരു ഫ്ളാറ്റ് വാങ്ങുന്ന കാര്യം പറഞ്ഞി രുന്നല്ലോ. ഇവിടം വിറ്റു കിട്ടുന്ന കാശിന്റെ ബാക്കി ഞാൻ എടു ക്കാം അച്ഛന് സമ്മതം അല്ലേ?” മാഷ് ഒന്നു ഞെട്ടി. ഒന്നും പറ യാൻ കഴിയാതെ വാക്കുകൾ വിങ്ങി. തന്റെ വിയർപ്പിന്റെ മണമുള്ള മണ്ണ് വിറ്റിട്ടുപോകാൻ ഒട്ടും മനസുണ്ടായിരുന്നില്ല. അധ്വാനശേഷി നഷ്ടപ്പെട്ടു തുടങ്ങിയിരിക്കുന്നു. എൺപതിനോടടുക്കുന്ന പ്രായം. ഇനിയിപ്പോൾ മകൻ പറയുന്നത് അനുസരിക്കുക മാത്രമേ നിർവാ ഹമുള്ളൂ. രാജലക്ഷ്മി ടീച്ചറും മനസ്സില്ലാ മനസ്സോടെ സമ്മതിച്ചു കഴിഞ്ഞപ്പോൾ വസ്തുവും കെട്ടിടവും വിൽക്കാനുള്ള ശ്രമമായി. രാഘവൻ മാഷുടെ അധ്വാനത്തിൽ മണ്ണ് വിളഞ്ഞു കിടക്കുകയായി

രുന്നു. ആര് കണ്ടാലും നല്ല മതിപ്പുള്ള വസ്തു. അങ്ങനെ ആ സ്ഥലവും കെട്ടിടവും വിറ്റ് കൊച്ചിയിൽ ഒരു ഫ്ളാറ്റ് വാങ്ങി, മരടിൽ.

പന്ത്രണ്ടാമത്തെ നിലയിലെ അപ്പാർട്ട്മെന്റ്.

കുട്ടികളെ നഗരത്തിലെ സിബിഎസ്ഇ സ്കൂളിൽ തന്നെ ചേർത്തു. ആറു വർഷങ്ങൾ അങ്ങനെ പോയി. കുട്ടികൾക്ക് സുഹൃത്തുക്കളായി മാഷും ടീച്ചറും മുറിയിൽ തന്നെ ഒതുങ്ങി. ജയമോഹന് കമ്പനിയിൽ ജോലി കിട്ടി. ജയന്തിയും ഒരു ജോലി തരപ്പെടുത്തി വൈകുന്നേരം ജയമോഹനും കുടുംബവും നടക്കാനിറങ്ങും. വഴിയിൽ ഏതെങ്കിലും ഒരു ഹോട്ടലിൽ നിന്ന് രാത്രി ഭക്ഷണം കഴിക്കും. അച്ഛനും അമ്മയ്ക്കും ഒരു പൊതിയുമായി മടങ്ങും. രണ്ടു പേർക്കും കൂടി ഒരു പൊതി മതിയെന്ന് രാഘവൻ മാഷ് പറഞ്ഞിട്ടുണ്ട്.

ഞെട്ടലോടെയാണ് അന്ന് ആ വാർത്ത കേട്ടത്.

നിയമം ലംഘിച്ചും പുറമ്പോക്ക് കൈയേറിയും ഉള്ള നിർമ്മാണ പ്രവർത്തനങ്ങൾ തിട്ടപ്പെടുത്താനും അങ്ങനെയുള്ളവ നീക്കം ചെയ്യാനും ഹൈക്കോടതിയുടെ അന്ത്യശാസനം. ജയമോഹൻ താമസിക്കുന്ന ഫ്ളാറ്റിന്റെയും മറ്റ് ചില ഫ്ളാറ്റുകളുടെയും നിർമ്മാണം അങ്ങനെയാണെന്ന് കണ്ടെത്തി.

കോർപ്പറേഷൻ താമസക്കാർക്ക് ഒഴിയാൻ നോട്ടീസ് കൊടുത്തു. ജയമോഹനും കുടുംബവും അടുത്തുതന്നെ മറ്റൊരു കെട്ടിടത്തിലേക്ക് വൺ റൂം കിച്ചൻ ഫ്ളാറ്റിലേക്ക് മാറി.

രാഘവൻ മാഷ് അവിടെ ഇരുന്നാണ് ചിന്തിച്ചു കൊണ്ടിരുന്നത്.

ഇന്ന് ഫ്ളാറ്റ് നിലംപൊത്തും.

ജയമോഹൻ ഒരു ഭ്രാന്തനെ പോലെ ഓടിനടന്നു.

ഇന്ന് 11 മണിക്ക് ഫ്ളാറ്റ് നിലം പതിക്കും. അത് നോക്കി നിൽക്കുവാൻ അയാൾക്ക് കഴിയുമായിരുന്നില്ല. അച്ഛന്റെ വിയർപ്പൂർന്ന മണ്ണിൽ തന്നെ കഴിഞ്ഞാൽ മതിയായിരുന്നു എന്ന് അയാൾക്ക് തോന്നി. ഇപ്പോഴത്തെ താമസം താൽക്കാലികമാണ്. നിന്ന് തിരിയാൻ ഇടമില്ല. എല്ലാ സമ്പാദ്യങ്ങളും മണ്ണടിയാൻ പോകുന്നു. അയാളുടെ മനസ്സിൽ ഒരു ശൂന്യത അനുഭവപ്പെട്ടു. ഒന്നിച്ചു വളർന്ന അന്തരീക്ഷത്തിൽ നിന്ന് കുട്ടികൾ പറിച്ചെറിയപ്പെട്ടു കഴിഞ്ഞു.

ടിവി ഓൺ ചെയ്ത് തത്സമയസംപ്രേക്ഷണം കണ്ടുകൊണ്ടിരിക്കുകയായിരുന്നു മാഷും ടീച്ചറും. ആകാംക്ഷ നിറഞ്ഞ വാർത്തകൾ. ആകാംക്ഷഭരിതരായി ആയിരങ്ങൾ അകലെ നിൽക്കുന്നു. ആരും ഫ്ളാറ്റിലെ താമസക്കാരാകാൻ വഴിയില്ല. അവർക്കാർക്കും

നെഞ്ചുപൊട്ടുന്ന കാഴ്ച കാണാനുള്ള ധൈര്യം ഇല്ലല്ലോ. നെഞ്ച് നിറയെ വെടിമരുന്നുമായി നിൽക്കുന്ന അംബരചുംബികളെ ജനാലയിൽ കൂടി നോക്കി നിൽക്കുകയായിരുന്നു ജയമോഹനും ജയന്തിയും മക്കളും.

ഇത്രയും നാൾ സ്വന്തമെന്നു കരുതിയ ഫ്ളാറ്റ് പൊടിയും പുകയും ആയി മണ്ണോടുചേരാൻ പോകുന്നു. സന്തോഷത്തിന്റെ കായലോളങ്ങൾക്ക് അന്ത്യം. 60 മീറ്റർ ഉയരം 20 നിലകളിലായി തൊണ്ണൂറ് അപ്പാർട്ട്മെന്റുകളും മാനം മുട്ടി നിൽക്കുന്ന ഫ്ളാറ്റ് സമുച്ചയം തകരാൻ ഇനി ഏതാനും നിമിഷങ്ങളെ ഉള്ളൂ എന്നോർത്തപ്പോൾ അയാളുടെ കണ്ണിൽ ഇരുട്ട് കയറുന്ന പോലെ. ജയമോന്റെ നെഞ്ചിടിപ്പ് വർദ്ധിച്ചു.

2124 കിലോ സ്ഫോടകവസ്തു ആണത്രേ ഉപയോഗിക്കുന്നത്. 1, 2, 3, 4, 10, 15 നിലകളിൽ സ്ഫോടകവസ്തുക്കൾ നിക്ഷേപിച്ചിട്ടുണ്ട് എന്നാണ് വാർത്ത. ആദ്യ സൈറൺ മുഴങ്ങിയപ്പോൾ ജയമോഹൻ വാച്ചിലേക്ക് നോക്കി, 10.30. 10.55 ന് രണ്ടാമത്തെ സൈറൺ മുഴങ്ങി. 10.59ന് മൂന്നാമത്തെ സൈറൺ. പിന്നാലെ ബ്ലാസ്റ്റ് ഷെഡ്ഡിൽ നിന്ന് ആദ്യ സ്ഫോടനത്തിനുള്ള സ്വിച്ച് അമർന്നു.

സെക്കന്റുകളുടെ ഇടവേളയിൽ ഫ്ളാറ്റ് സമുച്ചയത്തിന്റെ പതിനഞ്ചാം നിലയിലെ ഡിറ്റനേറ്റർ പൊട്ടാൻ തുടങ്ങി. താഴത്തെ നിലകളിലേക്ക് പൊട്ടിത്തെറി പടരുമ്പോൾ വശങ്ങളിലൂടെ പൊടി പാറിച്ച് മുകൾ നിലകൾ ഒരാനയെ പോലെ താഴെ ഇരുന്നു തുടങ്ങി ഒരു വശം ചരിഞ്ഞ ഫ്ലാറ്റ് നിലംപൊത്തി പൊടിപടലം ആകാശത്തോളം ഉയർന്നു.

ഫ്ളാറ്റുകൾ മണ്ണിലേക്ക് കൂപ്പുകുത്തുന്നത് കാണാൻ ആയിരങ്ങൾ തടിച്ചുകൂടി കാണാനുള്ള കരുത്ത് ഇല്ലാത്തതുകൊണ്ട് ജയമോഹൻ താഴേക്ക് ഇറങ്ങിയില്ല. പൊട്ടിച്ചപ്പോൾ ഉണ്ടായ പ്രകമ്പനം 400 മീറ്ററിൽ വ്യാപിച്ചു സമീപത്തെ ജലാശയങ്ങൾക്കു കുറുകയും പ്രകമ്പനം ഉണ്ടായി. പ്രകമ്പനത്തിന്റെ തോത് അളക്കുന്ന ആക്സിലറോ മീറ്ററിന്റെ കേബിൾ മൂന്ന് കഷണങ്ങളായി.

ഹെലികോപ്റ്ററുകൾ ചുറ്റിപ്പറന്ന് ആകാശ നിരീക്ഷണം നടത്തി.

ഉള്ളത് ഒരുക്കൂട്ടിയും വിറ്റുപെറുക്കിയും നഗരത്തിൽ സ്വന്തമാക്കിയ വീടെന്ന സ്വപ്നം തകർന്നടിഞ്ഞത് കണ്ടപ്പോൾ രാഘവൻ മാഷുടെ നെഞ്ചും തകർന്നു.

ആരും നിയമത്തിനതീതരല്ല എന്ന് വിശ്വസിക്കുമ്പോഴും അർഹിക്കുന്ന ശിക്ഷയാണ് ഇതെന്ന് വാദിക്കുമ്പോഴും ആ കാഴ്ച ജയ

മോഹനനേയും വല്ലാതെ ഉലച്ചു. കുറേ മനുഷ്യരുടെ നെഞ്ചിടിപ്പുകൾ അയാൾ കേട്ടു. ആറു വർഷം സന്തോഷത്തോടെ താമസിച്ചിരുന്നിടം തകർന്നടിയുന്നത് 500 മീറ്റർ അകലെ മറ്റൊരു കെട്ടിടത്തിന്റെ ജനാലയ്ക്കുള്ളിൽ നിന്ന് കാണുമ്പോൾ ജയമോഹനും ജയന്തിയും പൊട്ടിക്കരയുകയായിരുന്നു. അവരുടെ മനസ്സിൽ അസ്വസ്ഥതകൾ കുത്തി മറിഞ്ഞു ദുഃഖവും ദേഷ്യവും അയാളുടെ മുഖത്ത് പ്രകടമായി.

"നീ പറഞ്ഞിട്ടല്ലേ ഇവിടേക്ക് പോന്നത്. ഞാൻ അപ്പോൾ ഒന്നും ആലോചിച്ചില്ല. നമ്മുടെ ഗ്രാമം തന്നെയായിരുന്നു നല്ലത്. ഇവിടെ ഉപ്പു മുതൽ കർപ്പൂരം വരെ വിലയ്ക്ക് വാങ്ങണം ശുദ്ധവായുവില്ല ഇവിടെ വന്നശേഷം കുട്ടികൾക്ക് അസുഖം വിട്ടു മാറുന്നില്ല. അച്ഛന്റെയും അമ്മയുടെയും പെൻഷൻ കൂടി ഉള്ളതുകൊണ്ടാണ് ഒരുവിധം അഡ്ജസ്റ്റ് ചെയ്ത് പോകുന്നത്."

ശബ്ദമുയർത്തി കൊണ്ടാണ് ജയമോഹൻ പറഞ്ഞത്.

ഇതുവരെ ഇല്ലാത്ത കുറ്റപ്പെടുത്തലുകൾ ജയന്തിക്ക് ഇഷ്ടപ്പെട്ടില്ലെങ്കിലും നിശബ്ദയായി നിന്നതേയുള്ളൂ.

ഇനിയെന്ത് എന്ന ചോദ്യമായിരുന്നു അവരുടെ മുന്നിൽ.

ഒരു ദീർഘനിശ്വാസം വിട്ടു ജയമോഹൻ അച്ഛന്റെ അടുത്തേക്ക് ചെന്നു. രാഘവൻമാഷുടെയും രാജലക്ഷ്മി ടീച്ചറുടെയും കണ്ണിൽനിന്ന് കണ്ണീർകണങ്ങൾ പൊഴിയുകയായിരുന്നു.

ഹൃദയത്തിലെ ഉണങ്ങാത്ത മുറിവുകളുമായി ജയമോഹനും ജയന്തിക്കും നിശബ്ദരായി നിൽക്കാനേ കഴിഞ്ഞുള്ളൂ.

○○

പതിമൂന്ന്
പോസ്റ്റൽ വോട്ട്

രാജശേഖരൻ പഠിക്കാൻ സമർത്ഥനായിരുന്നു. പത്താം ക്ലാസ് കഴിഞ്ഞ് പ്ലസ്ടുവിന് ആരുടെയും ശുപാർശ ഇല്ലാതെ ഉദ്ദേശിച്ച ഹയർസെക്കൻഡറി സ്കൂളിൽ അഡ്മിഷൻ കിട്ടി. ഇംഗ്ലീഷ് ഭാഷ യോടായിരുന്നു കൂടുതൽ താല്പര്യം. എല്ലാ വിഷയങ്ങൾക്കും നല്ല മാർക്ക് വാങ്ങി പന്ത്രണ്ടാം ക്ലാസ് പാസായി, ഇംഗ്ലീഷിലായി രുന്നു ഏറ്റവും കൂടുതൽ മാർക്ക്. കോളേജ് അകലെയായിരുന്നെ ങ്കിലും പഠിക്കണമെന്ന മോഹം അവനെ അവിടെയും എത്തിച്ചു. ഇംഗ്ലീഷ് ഐച്ഛിക വിഷയമായി എടുത്താണ് പഠിച്ചത് അവന്റെ ഏക ആഗ്രഹം ഒരു സർക്കാർ ജോലി ആയിരുന്നു.

ക്രിക്കറ്റ് കളി ഒരു ഹരമായിരുന്നു അവന്.

നാട്ടിലെ ക്രിക്കറ്റ് ക്ലബ്ബിന്റെ രൂപീകരണത്തിലും അതിൽ കളി ക്കാരെ സംഘടിപ്പിക്കുന്നതിലും മുൻപന്തിയിൽ ആയിരുന്നു.

നാട്ടിലെ ചെറുപ്പക്കാരെല്ലാം ക്ലബ്ബിൽ അംഗങ്ങളായി ദിവസവും വൈകിട്ട് ആയിരുന്നു കളി.

കളികാണാൻ എവിടെ നിന്നൊക്കെയോ കുട്ടികൾ എത്തുമായി രുന്നു. ആദ്യം തൊട്ടടുത്തുള്ള ഒഴിഞ്ഞ പറമ്പിൽ ആയിരുന്നു കളി. കുറെനാൾ കഴിഞ്ഞ് പറമ്പിന്റെ ഉടമ വേലികെട്ടി കളി തടസ്സപ്പെടു ത്തി. പിന്നീട് തരിശു കിടന്ന പാടത്താക്കി വേദി. മഴക്കാലത്ത് കളി ക്കാൻ കഴിയുമായിരുന്നില്ല. ക്ലബ് അംഗങ്ങളുമായി ആലോചിച്ച് കളിസ്ഥലത്തിനുവേണ്ടി പഞ്ചായത്തിൽ ഒരു മാസ് പെറ്റീഷൻ നൽ കി, 200 ഓളം പേർ ആ പരാതിയിൽ ഒപ്പിട്ടിരുന്നു.

പഞ്ചായത്ത് ക്ലബ്ബിന്റെ നിവേദനം ചർച്ച ചെയ്തു ശരിയാണെ ന്ന് ബോധ്യപ്പെട്ട് പദ്ധതിയിൽ ഉൾപ്പെടുത്തി.

പഞ്ചായത്ത് വക കളി സ്ഥലമുണ്ടായി.

അതിന് മറ്റൊരു കാരണം കൂടി ഉണ്ടായിരുന്നു. രാഷ്ട്രീയപാർ

ട്ടികൾക്ക് പൊതുയോഗം കൂടുവാൻ ഒരു ഇടം ഇല്ലാതെ വീർപ്പുമു ട്ടുന്ന അവസരം കൂടിയായിരുന്നു. നല്ല തീരുമാനങ്ങളെ പോലും എതിർക്കുന്ന പ്രതിപക്ഷം ആയിരുന്നു ഉണ്ടായിരുന്നത്. എന്നാൽ ഈ തീരുമാനത്തെ ഭരണ പ്രതിപക്ഷ അംഗങ്ങൾ ഒന്നാകെ അനു കൂലിച്ചു. തർക്കം ഇല്ലാതെ പഞ്ചായത്തിന് നല്ലൊരു കളി സ്ഥല മായി പിന്നീട് ക്രിക്കറ്റ് കളി പഞ്ചായത്ത് ഗ്രൗണ്ടിൽ ആക്കി.

രാജശേഖരന്റെ സുഹൃദ്വലയം വളരെ വിപുലമായിരുന്നു.

അച്ഛന് ഗൾഫിൽ ആയിരുന്നു ജോലി. രാജശേഖരനും ഗൾ ഫിൽ തന്നെ ഒരു ജോലി തരപ്പെടുത്തണമെന്നായിരുന്നു അയാളു ടെ ആഗ്രഹം. മകനോട് അതു പറഞ്ഞപ്പോഴൊക്കെ അവന് താല് പര്യമില്ലാതെയാണ് സംസാരിച്ചത്. വിദ്യാഭ്യാസം കുറവായിരുന്ന തിനാൽ അയാൾക്ക് മെച്ചപ്പെട്ട ജോലി ആയിരുന്നില്ല. പ്രധാനമാ യും റോഡ് പണിയുമായി ബന്ധപ്പെട്ടായിരുന്നു ജോലി. വളരെ ക്കാലം ജോലി തുടരാൻ അയാൾക്ക് കഴിഞ്ഞില്ല. കഠിനമായ ചുമ യും കഫക്കെട്ടും ശ്വാസംമുട്ടലും അയാളെ വല്ലാതെ ഉലച്ചു. അതു കൊണ്ട് 12 വർഷം മാത്രമേ ഗൾഫിൽ ജോലി ചെയ്യാൻ കഴിഞ്ഞു ള്ളൂ. വളരെ തുച്ഛമായ ആനുകൂല്യങ്ങളെ ലഭിച്ചിരുന്നുള്ളൂ. അച് ഛനും അമ്മയും രാജശേഖരനും ഒരു സഹോദരിയും അടങ്ങുന്ന തായിരുന്നു കുടുംബം. സഹോദരിയെ വിവാഹം ചെയ്തത് ഒരു കെട്ടിട നിർമ്മാണതൊഴിലാളിയായിരുന്നു.

പപ്പുവേട്ടൻ ഗൾഫിൽ നിന്ന് വന്നപ്പോൾ രാജശേഖരനെ കൂടി ക്കൊണ്ടുപോകാൻ ഒരു ശ്രമം നടത്തി. ഒരു സർക്കാർ ജോലിയാ ണ് ലക്ഷ്യം എന്നായിരുന്നു അവന്റെ മറുപടി.

പിന്നീട് അയാൾ ഒന്നും ചോദിച്ചിട്ടില്ല.

പിഎസ്സിയുടെ നോട്ടിഫിക്കേഷൻ വന്നത് അവന്റെ ശ്രദ്ധയിൽ പ്പെട്ടു. പണമടച്ച് ഓൺലൈനിൽ എൽഡി ക്ലർക്ക് തസ്തികയിലേ ക്ക് അപേക്ഷ അയച്ച് ഹാൾടിക്കറ്റിനായി അവൻ കാത്തിരുന്നു. അവൻ കളിയും പഠനവും തുടർന്നുകൊണ്ടിരുന്നു. 'മോനെ കളി യോടൊപ്പം പഠിത്തം കൂടി ശ്രദ്ധിക്കണേ' എന്ന അമ്മയുടെ വാക്കുകൾക്ക് 'തീർച്ചയായും ചെയ്യാം' എന്നായിരുന്നു അവന്റെ മറുപടി. എവിടെ എത്തിച്ചേരണമെന്ന് തീരുമാനിച്ച് കൃത്യമായ ലക്ഷ്യത്തോടെയാണ് അവൻ യാത്ര ചെയ്തത്.

കൂട്ടുകാരുടെ ഇടയിൽ 'മരിച്ച രാജശേഖരൻ' എന്ന ഒരു വിളി പ്പേര് അവന് ഉണ്ടായിരുന്നു. അതിന് ഒരു കാരണവും ഉണ്ട്. ഒരു ഞായറാഴ്ച ദിവസം രാജശേഖരൻ കൂട്ടുകാരുമായി പുഴക്കടവിൽ

കുളിക്കുവാനായി പോയി. മഴക്കാലം ആയതിനാൽ പുഴ കരകവിഞ്ഞ് ഒഴുകുകയായിരുന്നു. കലിതുള്ളി ഒഴുകുന്ന പുഴയിൽ ചെങ്കൽ നിറത്തിലുള്ള വെള്ളമാണ് ഉണ്ടായിരുന്നത്. പുഴയ്ക്കിരുപുറവും ഇടതൂർന്ന് വളർന്ന കാട്ടു പൊന്തകളും മരക്കൂട്ടങ്ങളും ഉണ്ടായിരുന്നു. ഈ മരച്ചില്ലകളിൽ അനേകം പക്ഷികൾ കൂടുകൂട്ടി താമസിച്ചിരുന്നു ആ പക്ഷികളുടെ പാട്ട് ജലത്തിലെ ഓളങ്ങൾക്ക് താളമേകി.

കുളിക്കുവാനായി തോർത്തു മുണ്ടെടുത്ത് പുഴയിലേക്ക് ഇറങ്ങാൻ തുടങ്ങുമ്പോഴാണ് ഒരു സുഹൃത്ത് 'നമുക്ക് നീന്തി ആ പാറയുടെ അടുത്ത് എത്താം' എന്നു പറഞ്ഞത്. എല്ലാവരും സമ്മതിച്ചു. പുഴയുടെ നടുക്ക് ഒരാനയുടെ വലിപ്പത്തിൽ വെള്ളത്തിൽ മുങ്ങി കിടക്കുന്ന പാറ. ആ പാറയിൽ നീന്തി കയറുക എന്നുള്ളത് ആ നാട്ടിലെ ആബാലവൃദ്ധം ജനങ്ങൾ ചെയ്യുന്ന ഒരു കാര്യമായിരുന്നു.

ആ പാറയിൽ കയറുക എന്നുള്ളതും നിത്യം പുഴയിൽ ഇറങ്ങി കുളിക്കുക എന്നുള്ളതും ആ നാട്ടിലെ ചെറുപ്പക്കാരുടെ ഒരു വിനോദമായിരുന്നു.

പതിവുപോലെ ആ പെരുവെള്ളത്തിലും അവർ പാറയെ ലക്ഷ്യമാക്കി നീന്തി ഓരോരുത്തരായി പോയി വന്നുകൊണ്ടിരുന്നു. അടുത്ത ഊഴം രാജശേഖരന്റേതായിരുന്നു അയാൾ നീന്തി പാറയുടെ മുകളിൽ എത്തി തിരിച്ച് ഇറങ്ങാൻ തുടങ്ങുമ്പോൾ കാൽ വഴുതി പുഴയിലേക്ക് വീണു.

എല്ലാവരും ഉച്ചത്തിൽ ശബ്ദമുണ്ടാക്കി വിളിച്ചു.

ഒഴുക്കിൽപ്പെട്ട് രാജശേഖരൻ മുന്നോട്ട് പോയി.

പുഴയുടെ ഒരു കരയിലേക്ക് ഒഴുക്കിൽ നീന്തിനീങ്ങുവാൻ അവൻ ശ്രമിച്ചു.

പുഴയിലെ മരത്തിൽ പടർന്നു കിടന്ന ഒരു വള്ളിച്ചെടിയിലേക്ക് അവൻ എങ്ങനെയോ പിടിച്ചു കയറി.

പക്ഷേ ആർക്കും അവിടെ നീന്തിയെത്തി അവനെ രക്ഷിക്കുവാനുള്ള ധൈര്യം ഉണ്ടായില്ല.

കുട്ടികൾ ബഹളം വെച്ചു.

ആ ശബ്ദം കേട്ട് ഒരു വള്ളം അകലെ നിന്നും വരുന്നുണ്ടായിരുന്നു വെള്ളം അടുത്തെത്തും തോറും കുട്ടികൾക്ക് വള്ളം തുഴയുന്ന ആളെ കൈയ്യടിച്ചു വിളിച്ചു. വള്ളിയിൽ തൂങ്ങി കിടക്കുന്ന രാജശേഖരനെ ചൂണ്ടിക്കാണിച്ചുകൊണ്ട്, '...രക്ഷിക്കണേ... രക്ഷിക്കണേ...' എന്ന് പറഞ്ഞുകൊണ്ടിരുന്നു.

വള്ളക്കാരൻ രാജശേഖരനെ ലക്ഷ്യമാക്കി തുഴഞ്ഞു.

ഒഴുക്ക് കൊണ്ട് അയാൾ വല്ലാതെ വിഷമിച്ചു എങ്കിലും വളരെ പണിപ്പെട്ട് അയാൾ രാജശേഖരന്റെ അടുത്തെത്തി.

“പിടി വിടരുത്.” അയാൾ ഉറക്കെ പറഞ്ഞുകൊണ്ടിരുന്നു.

വള്ളത്തിലുണ്ടായിരുന്ന മറ്റൊരാൾ രാജശേഖരനെ ഉയർത്തി വള്ളത്തിൽ ഇരുത്തി.

അവൻ നല്ല ക്ഷീണിതനായിരുന്നു.

വള്ളം തുഴഞ്ഞ് അവർ കടവിലെത്തി.

കൂട്ടുകാർ ദീർഘനിശ്വാസം വിട്ടു.

എല്ലാവരും കൂടി അവനെ താങ്ങി തുണി വിരിച്ചു കിടത്തി.

മണിക്കൂറുകൾക്ക് ശേഷമാണ് അവന് സാധാരണ നിലയിലേക്ക് എത്താൻ സാധിച്ചത്. വീട്ടിലേക്ക് മടങ്ങിയെങ്കിലും ഈ സംഭവം ആരും അറിയരുതെന്ന് എല്ലാവരും കൂടി നിശ്ചയിച്ചു. അതുകൊണ്ട് പലരും ഈ സംഭവം അറിഞ്ഞില്ല.

മരണത്തിൽ നിന്നും അങ്ങനെ രക്ഷപ്പെട്ടവനാണ് രാജശേഖരൻ. പിന്നീട് ഒരിക്കലും പുഴക്കടവിൽ കുളിക്കാൻ അവൻ പോയിട്ടില്ല. കൂട്ടുകാരുടെ വല്ലപ്പോഴും ഉള്ള കളിയാക്കലിന്റെ കാരണം ഇതായിരുന്നു. രാജശേഖരന്റെ കോളേജ് വിദ്യാഭ്യാസം പൂർത്തിയായി. വെക്കേഷന് വീട്ടിൽ വന്നു നിൽക്കുമ്പോഴാണ് ഹാൾടിക്കറ്റ് കിട്ടുന്നത്.

സമയത്തും അല്ലാതെയും പിഎസ്‌സി പരീക്ഷയ്ക്ക് തീവ്രമായ തയ്യാറെടുപ്പ് അവൻ നടത്തി. രാത്രി വളരെ വൈകിയും പഠിക്കുക എന്നുള്ളത് രാജശേഖരന്റെ ശീലമായിരുന്നു.

അത് കാണുന്ന അവന്റെ അമ്മയ്ക്ക് വളരെയധികം വിഷമം തോന്നിയിട്ടുണ്ട്. പരീക്ഷ അടുത്ത് വരുംതോറും പഠനത്തിന്റെ ദൈർഘ്യവും വർദ്ധിച്ചു.

ഒഎംആർ പരീക്ഷ കഴിഞ്ഞ് ഹാളിൽ നിന്ന് ഇറങ്ങുമ്പോൾ ഒരു ആത്മവിശ്വാസം അവന് ഉണ്ടായിരുന്നു. പിന്നീട് ഉയർന്ന പഠനത്തിന് പോയില്ല. റിസൾട്ട് നോക്കി ഇരിപ്പായി. റിസൾട്ട് ഒരു വർഷം കഴിഞ്ഞാണ് വന്നത്. റാങ്ക് ലിസ്റ്റ് നോക്കി മുപ്പതാം റാങ്ക്. ജോലി ഉറപ്പായി ലഭിക്കുമെന്ന് എല്ലാവരും പറഞ്ഞത് അവന് വിശ്വാസമായി.

പിന്നെയും രണ്ടുമാസം കൂടി കഴിഞ്ഞാണ് അവന് അഡ്വൈസ് മെമ്മോ കിട്ടിയത് റവന്യൂ ഡിപ്പാർട്ട്മെന്റിൽ. രാജശേഖരൻ വളരെയധികം സന്തോഷിച്ചു.

താമസിയാതെ ജില്ലാ കളക്ടറുടെ നിയമന ഉത്തരവും ലഭിച്ചു.

താലൂക്ക് ഓഫീസിൽ ക്ലർക്കായി അതും സ്വന്തം താലൂക്കിൽ ഒരു ദിവസം പോലും പാഴാക്കിയില്ല.

മെഡിക്കൽ സർട്ടിഫിക്കറ്റും മറ്റും ശരിയാക്കി അടുത്ത ദിവസം തന്നെ അവൻ ജോലിയിൽ പ്രവേശിച്ചു.

ഒരു വർഷം കഴിഞ്ഞപ്പോഴേക്കും രാജശേഖരന് ജോലി മടുത്തു തുടങ്ങി. ഒരു യജമാനഭൃത്യ മനോഭാവമാണ് വകുപ്പിൽ. ഓഫീസിലെ അസഹ്യമായ പെരുമാറ്റങ്ങൾ അയാളെ വല്ലാതെ ദുഃഖിതനാക്കി. സ്നേഹമില്ലാത്ത പെരുമാറ്റങ്ങൾ അയാളെ അലോസരപ്പെടുത്തി. ഒ.എമാരുടെ അഭിപ്രായത്തിൽ കീഴ്ജീവനക്കാർ അമർത്തപ്പെടുന്നവർ. ജീവനക്കാരുടെ പ്രശ്നങ്ങൾക്ക് യാതൊരു പരിഗണനയുമില്ല. റിട്ടയർ ചെയ്ത് നാട്ടിലെത്തിയാൽ താൻ ആരുമല്ല എന്ന് അവർ അറിയുന്നില്ല.

ഒരുതരം പീഡനം അനുഭവിക്കുന്ന ആൾക്കാരാണ് കീഴ്ജീവനക്കാർ.

ബ്രിട്ടീഷ് ഭരണകാലത്തെ ബ്യൂറോക്രസി അതിന്റെ പൂർണ്ണ അർത്ഥത്തിൽ ഇന്നും വകുപ്പിൽ നിലനിൽക്കുന്നു എന്നുള്ളത് രാജശേഖരന് അനുഭവപ്പെട്ടു.

ജോലി രാജി വെച്ചാലോ എന്നുപോലും രാജശേഖരൻ ചിന്തിച്ചിട്ടുണ്ട്.

താൻ കൊതിച്ചു ലഭിച്ച ഒരു സർക്കാർ ജോലി എങ്ങനെയാണ് ഉപേക്ഷിക്കുന്നത് എന്ന ചിന്തിച്ചപ്പോൾ അവൻ എല്ലാം മറന്നു.

തൊട്ടടുത്ത മറ്റൊരു ഓഫീസിലെ രാമചന്ദ്രൻ സാറിനോട് തന്റെ വിഷമം പറഞ്ഞപ്പോഴാണ് അവന് ഒരു സമാധാനമായത്. ട്രെയിൻ യാത്രയിലാണ് രാമചന്ദ്രൻ സാറിനെ പരിചയപ്പെട്ടത്. അത് ഒരു വലിയ സുഹൃത്ത് ബന്ധമായി മാറി. ഡിപ്പാർട്ട്മെന്റ് മാറാൻ നിയമമുണ്ട് എന്ന് രാമചന്ദ്രൻ സാറാണ് അവനോടു പറഞ്ഞത്. അദ്ദേഹം എല്ലാ സഹായങ്ങളും ചെയ്തു.

തന്റെ ഓഫീസിലെ സെക്ഷൻ തലവന്റെ അതേ പദവിയിൽ മറ്റൊരു ഓഫീസിലെ ആളാണ് രാമചന്ദ്രൻ സാർ. ഇവരുടെ രണ്ടു പേരുടെയും ഇടയിലെ വൈരുദ്ധ്യം അയാളെ അത്ഭുതപ്പെടുത്തി. താനും ഒരു പരുക്കനായി മാറും മുമ്പേ രക്ഷപ്പെടാൻ അവൻ തീരുമാനിച്ചു. ഡിപ്പാർട്ട്മെന്റ് മാറാനുള്ള അപേക്ഷ മേലോട്ട് അയയ്ക്കാതെ ആറുമാസത്തോളം ഓഫീസിൽ തങ്ങിക്കിടന്നു.

വളരെ സമ്മർദ്ദം ചെലുത്തേണ്ടി വന്നു.

അപേക്ഷ അയയ്ക്കാൻ നാലഞ്ചു മാസം കഴിഞ്ഞപ്പോൾ മറ്റൊ

രു വകുപ്പിലേക്ക് നിയമന ഉത്തരവ് ലഭിച്ചു.

രാജശേഖരന് വളരെയധികം ആശ്വാസം തോന്നി.

അവിടെ യജമാന മനോഭാവം ഇല്ല.

ഒരേ കുടുംബത്തിലെ അംഗങ്ങളെ പോലെയാണ് സിംഹത്തിന്റെ വായിൽ നിന്നും രക്ഷപ്പെട്ട മാൻപേടയെ പോലെ രാജശേഖരൻ പുതിയ ഡിപ്പാർട്ട്മെന്റിൽ തുടർന്നു.

ജോലി ഉണ്ടായിരുന്നെങ്കിലും ക്രിക്കറ്റ് ഭ്രമം അവൻ വിട്ടിരുന്നില്ല. പഴയ സൗഹൃദങ്ങളും നിലനിർത്തി പോരാൻ അയാൾ ശ്രമിച്ചിരുന്നു.

ഒരു ദിവസം കളി കഴിഞ്ഞ് വിശ്രമിക്കുമ്പോഴാണ് പഞ്ചായത്ത് ഇലക്ക്ഷനെപറ്റി മാണിക്യൻ പറഞ്ഞത്. മാണിക്യൻ ഒരു സ്ഥാനാർത്ഥിയായേക്കുമെന്ന് ഊഹാപോഹങ്ങളും ഉണ്ടായി.

ആരുടെയും രാഷ്ട്രീയം അന്വേഷിക്കുന്ന ഒരാൾ ആയിരുന്നില്ല രാജശേഖരൻ. മറ്റു ചില സുഹൃത്തുക്കളും സ്ഥാനാർത്ഥികളായിരിക്കുമെന്ന് അവൻ കേട്ടു.

എല്ലാവരും ഉറ്റ ചങ്ങാതിമാർ.

പക്ഷേ പരസ്പരം മത്സരിക്കുന്നത് വ്യത്യസ്തമായ രാഷ്ട്രീയ പാർട്ടികളിൽ പലരും അവരവരുടെ പാർട്ടിയിലെ യുവജന സംഘടനകളിലെ പ്രവർത്തകരാണ്. കളിക്കാൻ വരുമ്പോൾ സൗഹൃദം മാത്രം.

രാഷ്ട്രീയത്തിന് അവിടെ പ്രസക്തി ഇല്ല.

പഞ്ചായത്ത് തെരഞ്ഞെടുപ്പിന്റെ തീയതി പ്രഖ്യാപിച്ചു.

രാജശേഖരന് തെരഞ്ഞെടുപ്പ് ഡ്യൂട്ടി ഉണ്ടായിരുന്നു.

ആദ്യമായാണ് വോട്ട് ചെയ്യുന്നത്.

വോട്ട് അവകാശം ലഭിച്ച ശേഷമുള്ള ആദ്യത്തെ വോട്ട് നാലു സുഹൃത്തുക്കൾ സ്ഥാനാർത്ഥികൾ നാല് രാഷ്ടീയ പാർട്ടിയുടെ പ്രതിനിധികൾ ആർക്ക് വോട്ട് ചെയ്യുമെന്ന് വിഷമത്തിലായി രാജശേഖരൻ.

രാജശേഖരന്റെ മാതൃകാപുരുഷൻ ഇ.എം. ശങ്കരൻ നമ്പൂതിരിപ്പാട് ആയിരുന്നു. തെരഞ്ഞെടുപ്പ് ഡ്യൂട്ടി ഉണ്ടായിരുന്നതിനാൽ പോസ്റ്റൽ വോട്ടായിരുന്നു രാജശേഖരന്.

അയാൾക്ക് അതിനെപ്പറ്റി ഒന്നും അറിവില്ലായിരുന്നു.

നാല് സ്ഥാനാർത്ഥികളും അയാളുടെ അടുത്ത സുഹൃത്തുക്കളാണെന്ന് പറഞ്ഞുവല്ലോ.

അവർ ഓരോരുത്തരും പോസ്റ്റൽ വോട്ടിനു വേണ്ടിയുള്ള

അപേക്ഷയുമായി അയാളെ സമീപിച്ചു. ഒരെണ്ണം മാത്രമേ പൂരിപ്പിച്ചു നൽകേണ്ട ആവശ്യമുണ്ടായിരുന്നുള്ളൂ.

പൂരിപ്പിച്ച അപേക്ഷ ആദ്യം വന്ന് വാങ്ങിക്കൊണ്ടുപോയത് മാണിക്യനാണ്.

മറ്റുള്ളവർ പിന്നാലെയാണ് എത്തിയതും അന്വേഷിച്ചതും.

"നീ പാർട്ടി മാറിയോ?"

സുധീഷിന്റെ ചോദ്യം അവന് ആദ്യം മനസ്സിലായില്ല.

"എന്താ സുധീഷേ, നീ അങ്ങനെ ചോദിച്ചത്?

"എനിക്കങ്ങനെ പ്രത്യേകിച്ച് ഒരു രാഷ്ട്രീയമില്ലല്ലോ."

'മാണിക്യൻ, ഞങ്ങളുടെ രാഷ്ട്രീയ പാർട്ടിയല്ല. വേറെ പാർട്ടി അല്ലേ?' എന്ന് സുധീഷ് പറഞ്ഞപ്പോൾ രാജശേഖരൻ പറഞ്ഞു, "അവനാണ് ആദ്യം വന്നതും വാങ്ങിക്കൊണ്ടു പോയതും. മറ്റവർ പിന്നീടാണ് വന്നന്വേഷിച്ചത്."

"പോസ്റ്റൽ വോട്ടുവരുമ്പോൾ എന്നെ ഏൽപ്പിക്കണം."

രാജശേഖരൻ സുധീഷിനോട് ഒരു മറുപടിയും പറഞ്ഞില്ല.

'പോസ്റ്റൽ വോട്ട് വന്നോ' എന്ന് അന്വേഷിച്ച് ഓരോ ദിവസവും ഓരോരുത്തർ രാജശേഖരനെ സമീപിച്ചുതുടങ്ങി. അയാൾ ആകെ ധർമ്മസങ്കടത്തിലായി.

എല്ലാവരും സുഹൃത്തുക്കൾ.

'തനിക്ക് പ്രത്യേകിച്ച് ഒരു രാഷ്ട്രീയ പാർട്ടി ഇല്ല' എന്ന് എല്ലാവർക്കും അറിയാം.

ഇതുവരെയുള്ള സൗഹൃദം നഷ്ടപ്പെടുമോ സുഹൃത്തുക്കൾ ശത്രുക്കൾ ആകുമോ ഇത്തരം ചിന്തകൾ അയാളെ വല്ലാതെ ഉലച്ചു. ഉറക്കത്തിലും ഈ ചിന്തകൾ രാജശേഖരനെ അലട്ടി.

രാജശേഖരന്റെ ആദ്യത്തെ അനുഭവമായിരുന്നു പോസ്റ്റൽ വോട്ട്. അത് ഇത്ര കുഴപ്പക്കാരനാണെന്ന് അവൻ അറിഞ്ഞിരുന്നില്ല. ഇത്രയും പ്രശ്നമുണ്ടാക്കുമായിരുന്നെങ്കിൽ അപേക്ഷിക്കില്ലായിരുന്നു.

അവൻ ചിന്തിച്ചു.

"എല്ലാവരുടെയും പോസ്റ്റൽ വോട്ടുകൾ ഞങ്ങൾ കയ്യിൽ വാങ്ങുകയാണ്." സുധീഷ് പറഞ്ഞപ്പോൾ ഡിക്ലറേഷൻ ഒപ്പിടണ്ടേ എന്ന രാജശേഖരന്റെ സംശയത്തിന് 'അതെല്ലാം ഞങ്ങൾ ചെയ്തോളാം' എന്നായിരുന്നു മറുപടി വന്നത്.

"വോട്ടും രേഖപ്പെടുത്തണമെന്നില്ല. അതും ഞങ്ങൾ ചെയ്തുകൊള്ളാം. സാധാരണ നിലയിൽ പല പോസ്റ്റൽ വോട്ടുകളും

പോസ്റ്റുമാന്റെ കയ്യിൽ നിന്നും നേരിട്ട് വാങ്ങി ഞങ്ങൾ കൊണ്ടു പോവുകയാണ് പതിവ്."

സുധീഷ് ഇത് പറഞ്ഞപ്പോൾ അമ്പരപ്പോടെയാണ് രാജശേഖരൻ കേട്ടുനിന്നത്.

ദിവസങ്ങൾ നീങ്ങി.

വോട്ട് രഹസ്യമായി ചെയ്യേണ്ടതല്ലേ.

രഹസ്യ ബാലറ്റ് എന്നല്ലേ പറയാറ്.

ഞാൻ ആർക്കാണ് വോട്ട് ചെയ്തത് എന്ന് മറ്റുള്ളവർ അറിഞ്ഞാൽ അത് പരസ്യമാവില്ലേ. പിന്നെ എങ്ങനെ ഇവർക്ക് ഇതെല്ലാം ചെയ്യാൻ കഴിയുന്നു...

ഇത്തരം ചിന്തകൾ രാജശേഖരനെ അലട്ടി.

'ദൈവമേ എന്റെ പോസ്റ്റൽ വോട്ടിന് എത്ര അവകാശികൾ ആണുള്ളത്...' ഇപ്പോൾ ഇതാരെയും ഏൽപ്പിക്കാതിരിക്കുന്നതാണ് ഭംഗി. അങ്ങനെയെങ്കിൽ സുഹൃത്ത് ബന്ധത്തിന് കോട്ടം തട്ടാതിരിക്കും.

രാജശേഖരൻ അങ്ങനെയാണ് ചിന്തിച്ചത്.

പോസ്റ്റുമാൻ കൊണ്ടുവന്ന കവർ പൊട്ടിച്ചപ്പോൾ കണ്ടത് ബാലറ്റ് പേപ്പർ. അയാൾ പോസ്റ്റൽ ബാലറ്റ് ആരെയും ഏൽപ്പിച്ചില്ല. വോട്ടെണ്ണുന്ന ദിവസം വരെ അത് കവറിൽ ഭദ്രമാക്കി മേശയ്ക്കുള്ളിൽ സൂക്ഷിച്ചു.

താക്കോൽ കിടക്കക്കടിയിൽ വെച്ചു.

ഇനി ഇതിന് അവകാശികളായി ആരും വരില്ലെന്ന് ഉറപ്പിച്ചു.

ഇനിയെങ്കിലും സുഖമായി ഉറങ്ങണം എന്ന് ചിന്തിച്ച് അയാൾ കിടക്കയിലേക്ക് കിടന്നു.

അപ്പോഴേക്കും വോട്ടെണ്ണൽ കഴിഞ്ഞിരുന്നു.

○○

പതിനാല്

ന്യൂജൻ

ഗോവിന്ദൻ മാഷ് സാത്വികനായ ഒരു മനുഷ്യനായിരുന്നു. ഭാര്യ കുമാരിയും അധ്യാപികയായിരുന്നു. സ്കൂളിലെ പാവപ്പെട്ട കുട്ടികൾക്ക് പഠനോപകരണങ്ങൾ വാങ്ങി നൽകിയിരുന്നത് മാഷായിരുന്നു. കുമാരി ടീച്ചർ പാവപ്പെട്ട പെൺകുട്ടികൾക്ക് പുസ്തകങ്ങളും പേന, പെൻസിൽ, സ്കെയിൽ തുടങ്ങിയവയും വാങ്ങി നൽകുമായിരുന്നു. കുട്ടികളിൽ മതേതര സ്വഭാവം വളർത്തിയെടുക്കാൻ രണ്ടുപേരും പ്രത്യേകം ശ്രദ്ധിച്ചിരുന്നു.

ഏക മകൻ ശശീന്ദ്രനെ നന്നായി പഠിപ്പിക്കണമെന്ന് ആഗ്രഹമുണ്ടായിരുന്നെങ്കിലും അവന് പഠനത്തിൽ വലിയ താല്പര്യം ഉണ്ടായിരുന്നില്ല. എങ്ങനെയോ അവൻ ഒമ്പതാം തരം വരെ കടന്നുകൂടി. ഓൾ പ്രമോഷൻ ആയതുകൊണ്ടാണ് അവൻ ഒൻപതാം ക്ലാസ് വരെ ജയിച്ചു വന്നത് എന്ന് മാഷ് എപ്പോഴും പറയുമായിരുന്നു. പരീക്ഷ നടത്തി മാർക്കിന്റെ അടിസ്ഥാനത്തിലാണ് ജയപരാജയങ്ങൾ തീരുമാനിക്കേണ്ടത് എന്നാണ് മാഷിന്റെ അഭിപ്രായം. ഓൾ പ്രമോഷൻ കുട്ടികളുടെ പഠനത്തെ ഇല്ലാതെയാക്കും എന്നും മാഷ് പറയാറുണ്ട്. മാഷും ടീച്ചറും എന്തുപറഞ്ഞാലും മറുവാക്കു പറയുന്ന ശീലമായിരുന്നു അവന്റേത്.

നാട്ടുകാർക്കും ശശീന്ദ്രൻ ഒരു പേടി സ്വപ്നമായിരുന്നു. ലഹരി ഉപയോഗിക്കുന്നതു കൊണ്ടാണ് അവന്റെ സ്വഭാവം തെമ്മാടിയെ പോലെയാകുന്നത് എന്ന് ചായക്കടയിൽ സംസാരം ഉണ്ടായി. അച്ഛനമ്മമാരോട് പലപ്പോഴും പണം ആവശ്യപ്പെടുകയും കൊടുത്തില്ല എങ്കിൽ അവൻ ലഹളയുണ്ടാക്കുകയും ചെയ്യുമായിരുന്നു. പത്താം തരത്തിൽ തോറ്റതിൽ പിന്നെ അവൻ പഠനത്തിനായി ഒരു വിദ്യാലയത്തിലേക്കും പോയിരുന്നുമില്ല. അവന്റെ സൗഹൃദ വലയം അത്ര ശരിയല്ലെന്ന് മാഷ്ടെ സഹപ്രവർത്തകനായിരുന്ന

നാണുമാഷ് പറഞ്ഞത് ടീച്ചർക്കത്ര രസിച്ചില്ല.

ഗോവിന്ദൻ മാഷ് നല്ലൊരു ഹോം ലൈബ്രറി ഉണ്ടാക്കിയിരുന്നു. നല്ല നല്ല പുസ്തകങ്ങൾ ധാരാളം വായിക്കാൻ മാഷ് മകനെ ഉപദേശിക്കുമായിരുന്നു.

അക്ഷരങ്ങളോട് അവന് വെറുപ്പായിരുന്നു.

മാഷിനും ടീച്ചർക്കും ഇങ്ങനെ ഒരു മകൻ ഉണ്ടായല്ലോ എന്നോർത്ത് മാഷിന്റെ സഹപ്രവർത്തകർ പോലും വളരെ പ്രയാസപ്പെട്ടിരുന്നു.

റിട്ടയർ ചെയ്ത് കഴിഞ്ഞ് അവരുടെ ദുഃഖം കൂടി.

തുച്ഛമായി ലഭിച്ചിരുന്ന പെൻഷനിൽ നിന്ന് അവൻ പണം ചോദിച്ചു കൊണ്ടിരുന്നു.

പണം കൊടുത്തില്ലെങ്കിൽ അവൻ രൂക്ഷമായി നോക്കും.

ആ നോട്ടം അവരെ ഭയവിഹ്വലരാക്കി.

മരുന്ന് വാങ്ങാൻ പോലും കയ്യിൽ പൈസ ഇല്ലാതെ അവർ വിഷമിച്ചിട്ടുണ്ട്.

ഇതിനിടയിൽ തന്നെ രണ്ടുപേരെയും പലവിധ രോഗങ്ങളും പിടികൂടി മകൻ അവരെ ശ്രദ്ധിച്ചതേയില്ല.

ഒരു ദിവസം പണം ആവശ്യപ്പെട്ട് മാഷേ സമീപിച്ചപ്പോൾ 'ഇനിമേലിൽ ഒരു പൈസ പോലും തരില്ല നീ സ്വന്തമായി അധ്വാനിച്ച് ജീവിക്ക്' എന്ന് ശബ്ദമുയർത്തി പറയേണ്ടിവന്നു മാഷിന്.

അവൻ അവിടെ എന്തൊക്കെയോ പരതി നടന്നു.

അധ്യാപകനായിരുന്ന പിതാവിന്റെ അലമാര തുറന്നപ്പോൾ രാമായണവും ഭാഗവതവും മഹാഭാരതവും ഭഗവത്ഗീതയും ഗീതാഗോവിന്ദവും കുറേ നോവലുകളും ചെറുകഥകളും കവിതകളും എല്ലാം താഴെ ചിതറി വീണു.

അവൻ അതൊന്നുപോലും നോക്കാതെ അതിന്റെ മുകളിൽ കയറി നിന്ന് തിരയാൻ തുടങ്ങി.

ഈ അലമാരയ്ക്കുള്ളിലെ ഒരു പുസ്തകം പോലും അവൻ മുൻപ് വായിച്ചിട്ടില്ല. പലപ്പോഴും അവൻ അലമാര തുറന്ന് എന്താണ് നോക്കുന്നതെന്ന് മാഷ് ശ്രദ്ധിച്ചിട്ടുണ്ട്.

എന്തോ ഒരു പൊതി എടുത്തുകൊണ്ടു പോകുന്നതും കണ്ടിട്ടുണ്ട്. ഒരു ദിവസം പേഴ്സിൽ നിന്ന് 2000 രൂപ കാണാതെ പോയത് ചോദ്യം ചെയ്തെങ്കിലും അവൻ സമ്മതിച്ചില്ല.

അവൻ വീട്ടിലില്ലാത്ത സമയം മാഷ് അലമാരയിലെ പുസ്തകങ്ങൾ എല്ലാം പരിശോധിച്ചു. ചില പുസ്തകങ്ങളിൽ ചെറിയ ചെറി

യ പെതികൾ കാണാനിടയായി. മാഷ് അതെല്ലാം കൈവശമാക്കി.

സുഹൃത്തും എക്സൈസിൽ ജോലിയുണ്ടായിരുന്ന ഇൻസ്പെക്ടർ രാജേന്ദ്ര ബാബുവിനെ കാണിച്ചപ്പോഴാണ് അത് എംഡിഎംഎ ആണെന്നും കൂടിയ ലഹരി മരുന്നാണെന്നും മാഷിന് മനസ്സിലായത്.

മാഷ് ഞെട്ടിപ്പോയി.

“ഇത് മറ്റാരോടും പറയരുത്”.

രാജേന്ദ്ര ബാബുവിനോട് പറഞ്ഞു.

ആ പറച്ചിലിൽ വിറയൽ ഉണ്ടായിരുന്നു.

മടങ്ങുമ്പോൾ വലിയ മരത്തിൽ നിന്നും ഒരു ഇല കൊഴിഞ്ഞു മാഷിന്റെ തലയിൽ വീണു.

മാഷ് ടീച്ചറോട് എല്ലാം തുറന്നു പറഞ്ഞു.

“ഞാൻ ഇവിടെ വച്ചിരുന്ന ഒരു സാധനം കാണുന്നില്ല.”

അവൻ ഉറക്കെ വിളിച്ചു പറഞ്ഞു.

മാഷോ ടീച്ചറോ ഇതൊന്നും ശ്രദ്ധിക്കാത്ത മട്ടിലിരുന്നു.

അവൻ പുസ്തകങ്ങൾ എല്ലാം വാരി പുറത്തേക്ക് ഇട്ടു.

ഓരോ മുറിയിലും പരിശോധിച്ചു. അവന് ഒന്നും കണ്ടെത്താനായില്ല. മാഷും ടീച്ചറും കിടന്നുറങ്ങുന്ന മുറിയിൽ എത്തി. അവർ ഉറക്കത്തിലായിരുന്നതുകൊണ്ട് അവരൊന്നും കണ്ടില്ല.

ഈ മുറിയിൽ അച്ഛനമ്മമാരുടെ സമ്പാദ്യം കാണുമെന്ന് അവൻ കരുതി ആ മുറിയിൽ ഉണ്ടായിരുന്ന വലിയ അലമാരയുടെ അടിത്തട്ടിൽ കയറി നിന്ന് പരിശോധന തുടങ്ങി.

അലമാരയിലിരുന്ന സാധനങ്ങൾ ശക്തമായി വലിച്ചു പുറത്തേക്കിടാൻ ശ്രമിച്ചു. ഒരു വലിയ ശബ്ദം കേട്ട് മാഷും ടീച്ചറും പ്രയാസപ്പെട്ട് എഴുന്നേറ്റ് വന്ന് നോക്കുമ്പോൾ ശശീന്ദ്രൻ അലമാര മറിഞ്ഞുവീണ് അതിന്റെ അടിയിൽ കിടക്കുന്നു.

ടീച്ചർ അത്യുച്ചത്തിൽ വിളിച്ചുകൂവി.

അവർക്ക് നോക്കിനിൽക്കാനേ കഴിഞ്ഞുള്ളൂ.

ടീച്ചറിന്റെ ഉച്ചത്തിലുള്ള കരച്ചിൽ കേട്ട് ആരൊക്കെയോ ഓടിവരുന്നുണ്ടായിരുന്നു. ചിതറിത്തെറിച്ച പുസ്തകത്തിനിടയിൽ നിന്നും രണ്ടു പൊതികൾ ആ മുറിയിൽ തെറിച്ചുവീണു.

ഠഠ

പതിനഞ്ച്

ആത്മബന്ധം

എല്ലാത്തരം ചെടികളും പച്ചക്കറിയും കൃഷി ചെയ്യുന്നതിൽ അതീവ തല്പരയായിരുന്നു ഗ്രേസി അലക്സാണ്ടറും പിതാവും. വീട്ടിലേക്ക് കയറുമ്പോൾ തന്നെ മുല്ലപ്പൂമണമാണ്. മുല്ല, പിച്ചി, തെറ്റി തുടങ്ങിയവയാണ് കൂടുതലും. പച്ചക്കറികൾ ഒന്നും തന്നെ വിലയ്ക്ക് വാങ്ങാറില്ല അത്യധ്വാനിയായ അലക്സാണ്ടർ രാവിലെ ഒരു കട്ടൻ ചായ കുടിച്ച് ഒരു ഒരു മൺവെട്ടിയുമായി കൃഷി സ്ഥലത്തേക്ക് പോകും. ഒൻപതര ആകുമ്പോൾ മറിയാമ്മ പഴങ്കഞ്ഞിയുമായി എത്തും. അതാണ് രാവിലത്തെ ഭക്ഷണം. ഏറ്റവും നല്ല പോഷകഗുണമുള്ള ഭക്ഷണമാണ് എന്ന് ഡോക്ടർമാർ പോലും അംഗീകരിച്ചിട്ടുണ്ടെന്നാണ് അലക്സാണ്ടർ പറയുന്നത്.

തലേദിവസം ബാക്കി വരുന്ന ചോറ് വെള്ളമൊഴിച്ച് രണ്ട് പച്ചമുളകും രണ്ടുമൂന്നു ചെറിയ ഉള്ളിയും കൂടി ചതച്ചിട്ട് വയ്ക്കും രാവിലെ എടുത്ത അല്പം ഉപ്പും കൂടി ചേർത്ത് പഴങ്കഞ്ഞി ആയി അതുകഴിച്ചു കഴിഞ്ഞാൽ അലക്സാണ്ടർ 15 മിനിറ്റ് സമയം വിശ്രമിക്കും പിന്നീട് ഉച്ചയ്ക്ക് രണ്ടു മണി വരെ അധ്വാനമാണ്.

ഏക മകൾ ഗ്രേസിയെ ഡോക്ടർ ആക്കണം എന്നായിരുന്നു അലക്സാണ്ടറുടെയും മറിയാമ്മയുടെയും ആഗ്രഹം. പക്ഷേ ഗ്രേസിക്ക് നഴ്സ് ആകണം എന്നതായിരുന്നു താൽപര്യം. അതിന് ഒരു കാരണമുണ്ടായിരുന്നു. രോഗികളെയും പാവപ്പെട്ടവരെയും ഒക്കെ ശുശ്രൂഷിച്ചാൽ സ്വർഗം പൂകാമെന്ന് ആരോ ഗ്രേസിയോട് പറഞ്ഞിട്ടുണ്ട്. കർത്താവ് എപ്പോഴും അത്തരം നഴ്സുമാരോടൊപ്പം ഉണ്ടാകും എന്നതായിരുന്നു ഗ്രേസിയുടെ വിശ്വാസം. അവളുടെ ആഗ്രഹത്തിന് ആരും എതിര് നിന്നില്ല. അവൾ ബിഎസ്സി നഴ്സിങ് നല്ല നിലയിൽ പാസായി അധികം താമസിയാതെ അവിടെ അടുത്തുള്ള പ്രസിദ്ധമായ ഒരു ആശുപത്രിയിൽ ജോലിയും

റെഡിയായി. അലക്സാണ്ടറുടെയും മറിയാമ്മയുടെയും സന്തോഷം പറഞ്ഞറിയിക്കാൻ പ്രയാസമായിരുന്നു. ഔസേപ്പ് ചേട്ടന്റെ ചായക്കടയിൽ സംസാരമായി. നാട്ടു വിശേഷങ്ങൾ അറിയണമെങ്കിൽ ഔസേപ്പേട്ടന്റെ ചായക്കടയിൽ എത്തണം. തെങ്ങോലമെടഞ്ഞു കെട്ടിയായിരുന്നു ചായക്കട. മുൻപിൽ ചെറിയ വളവുള്ള ഒരു ബെഞ്ചും. എല്ലാവരും അതിലിരുന്നാണ് ചായ കുടിക്കാറ്. അലക്സാണ്ടറുടെ വൈകിട്ടത്തെ ചായകുടിയും അവിടെയാണ്. രണ്ട് ദോശ, ഒരു ചായ അത് കഴിച്ച് ഒരു ഏമ്പക്കവും വിട്ട് നാട്ടുവിശേഷങ്ങൾ മറ്റുമുള്ളവരുമായി ചർച്ച ചെയ്യും. മോൾക്ക് ജോലി കിട്ടിയ വിവരം അഭിമാനത്തോടെ എല്ലാവരോടും പറയുമായിരുന്നു.

ഗ്രേസി ആശുപത്രിയിലെ സേവനം തുടങ്ങിയിട്ട് അഞ്ചുവർഷം കഴിയുന്നു. ആറു നിലകളുള്ള 100 മീറ്റർ നീളമുള്ള ഒരു വലിയ കെട്ടിടസമുച്ചയം ആണ് ആശുപത്രി. ഓരോ വിഭാഗത്തിനും പ്രത്യേകം ബ്ലോക്ക്. മാലിന്യം ശുദ്ധീകരിക്കാൻ പ്രത്യേകമായ പ്ലാന്റ്. നല്ല വൃത്തിയായി സൂക്ഷിക്കുന്ന ആശുപത്രി. വളരെ വലിയ തിരക്കായിരുന്നു ഈ ആശുപത്രിയിൽ ഉണ്ടായിരുന്നത്. ഓരോ വിഭാഗത്തിനും പ്രഗത്ഭരായ ഡോക്ടർമാരുണ്ട്. ക്യാൻസർ വാർഡ് പ്രത്യേകം. ചിക്കൻപോക്സ് ചികിത്സയ്ക്ക് പ്രത്യേക വിഭാഗങ്ങളും ഉണ്ടായിരുന്നു.

ആദ്യമൊക്കെ ക്യാൻസർ വാർഡിൽ ആയിരുന്നു ഗ്രേസിക്ക് ഡ്യൂട്ടി. രോഗിയുടെ വേദനയും അസഹനീയമായ കരച്ചിലുമൊക്കെ ആദ്യം പ്രയാസമുണ്ടാക്കിയെങ്കിലും ക്രമേണ അതെല്ലാം ഒരു മരവിപ്പായി മാറി. എത്രയെത്ര രോഗികൾ മരണപ്പെട്ടു. മരണം എന്ന് കേൾക്കുമ്പോൾ ആദ്യമൊക്കെ മനസ്സിൽ ദുഃഖം ആയിരുന്നു. എന്നാൽ ഇപ്പോൾ മരണം ഒരു സാധാരണ സംഭവം പോലെയായി. ജനനം ഉണ്ട് എങ്കിൽ മരണവും ഉണ്ട്. എല്ലാ മരണങ്ങളും വേദനിപ്പിക്കുന്നതു തന്നെ. പക്ഷേ അകാലമരണം കൂടുതൽ വേദനയുണ്ടാക്കും. പുതിയൊരാത്മാവിനെ ലോകത്തേക്ക് വിട്ടിട്ടാണ് കർത്താവ് പഴയൊരാത്മാവിനെ സ്വർഗത്തേക്ക് വിളിക്കുന്നതെന്ന് അലക്സാണ്ടർ പറയാറുണ്ട്.

കുട്ടിക്കാലത്ത് ഇഞ്ചക്ഷൻ പോലും പേടിയായിരുന്നു.

ഗ്രേസി സിറിഞ്ച് കാണുമ്പോൾ മുതൽ കരയാൻ തുടങ്ങും.

പിന്നെ കാണാതെയാണ് ഇഞ്ചക്ഷൻ എടുക്കുന്നത്.

കഴിയുമ്പോൾ കരച്ചിൽ കുറെ നേരം തുടർന്നുകൊണ്ടും ഇരിക്കും. ഇന്ന് ഏറ്റവും വലിയ സൂചികൊണ്ട് ഇഞ്ചക്ഷൻ എടുക്കു

മ്പോഴും വല്ലവരുടെയും ശരീരമല്ലേ എന്ന തോന്നലാണ്.

എങ്കിലും വേദന തോന്നാതെ ഇഞ്ചക്ഷൻ എടുക്കാൻ ശ്രമിക്കും. ഇപ്പോൾ ഗ്രേസിക്ക് നല്ല മനോധൈര്യവും ആത്മവീര്യവും ജോലിയിൽനിന്ന് കിട്ടിയിട്ടുണ്ടെന്ന് അലക്സാണ്ടർ പറയാറുണ്ട്.

അലക്സാണ്ടറുടെ പറമ്പിൽ ഇല്ലാത്ത വൃക്ഷങ്ങളും പച്ചക്കറികളും ഇല്ല. രാവിലെ ഏഴുമണിക്ക് ഒരു കട്ടൻ ചായ കുടിച്ച് പറമ്പിലേക്ക് ഇറങ്ങും.

പലഹാരങ്ങളോട് വലിയ പ്രിയമില്ല.

കിഴങ്ങ്വർഗങ്ങൾ വേവിച്ച് കാന്താരിമുളക് ചമ്മന്തിയും കൂട്ടി കഴിക്കുന്നതാണ് ഇഷ്ടം. ആഹാരം കഴിഞ്ഞ് ഒരു വെറ്റില മുറുക്ക്. മുറുക്കി ചുവപ്പിച്ച് ഇടത് കയ്യിലെ ചൂണ്ടുവിരൽ ചുണ്ടോട് ചേർത്ത് അവയ്ക്കിടയിലൂടെ നീട്ടി തുപ്പും.

കൃഷിയിൽനിന്നുള്ള വരുമാനം മാത്രമാണ് അലക്സാണ്ടറുടെ സമ്പാദ്യം. അന്ന് രാവിലെ ചായ കുടി കഴിഞ്ഞ് മൺവെട്ടിയുമായി പറമ്പിലേക്ക് പോയതാണ്.

ഒരു മണിക്കൂർ കഴിഞ്ഞപ്പോൾ മറിയാമ്മേ എന്ന ഉച്ചത്തിൽ വിളിച്ചു കൊണ്ട് ഓടി വരുന്ന അലക്സാണ്ടറെ കണ്ട് മറിയാമ്മയും ഗ്രേസിയും വല്ലാതെ ഭയപ്പെട്ടു. ശരീരമാകെ വിയർക്കുന്നുണ്ടായിരുന്നു. ഉടുത്തിരുന്ന തോർത്തുമുണ്ട് വെള്ളത്തിൽ മുക്കിയത് പോലെ നനഞ്ഞിരിക്കുന്നു. ശരീരത്തിൽ നിന്ന് വിയർപ്പിന്റെ നീർച്ചാൽ രൂപപ്പെട്ടു.

പെട്ടെന്ന് കിടക്കയിലേക്ക് വീഴുകയായിരുന്നു.

മറിയാമ്മയുടെ അലമുറവിളി കേട്ട് അയൽക്കാരെല്ലാം ഓടിക്കൂടി. ആരോ ആംബുലൻസ് വിളിച്ചു. എങ്കിലും എത്താൻ അല്പം വൈകി. മറിയാമ്മയും ഗ്രേസിയും അലക്സാണ്ടറുടെ ഉറ്റമിത്രം ജോസഫും കൂടി ആംബുലൻസിൽ കയറി.

മുഴങ്ങുന്ന ശബ്ദത്തോടെ ആംബുലൻസ് റോഡിലൂടെ പാഞ്ഞു.

താൻ ജോലി ചെയ്യുന്ന ആശുപത്രിയിലേക്ക് പോകാൻ ഗ്രേസി ആംബുലൻസ് ഡ്രൈവറോട് പറഞ്ഞിരുന്നു. ഗ്രേസി കാർഡിയോളജിയിലെ ഡോക്ടർ തോമസ് വർഗീസിനെ നേരത്തെ ബന്ധപ്പെട്ടിരുന്നു. അവൾ അദ്ദേഹത്തെ വിളിച്ച് അച്ചനെ കൊണ്ടുവരുന്ന കാര്യം പറഞ്ഞിരുന്നു.

ആംബുലൻസ് ആശുപത്രിയിൽ എത്തിയപ്പോൾ ഡോക്ടർമാർ എല്ലാം കരുതലോടെ മുന്നിൽ നിൽപ്പുണ്ടായിരുന്നു. പെട്ടെന്ന് അലക്സാണ്ടറെ വെന്റിലേറ്ററിൽ ആക്കി.

ഗ്രേസിയുടെ മനസ്സിൽ അസ്വസ്ഥതയുടെ തിരമാലകൾ പൊന്തിവന്നു. ശരിയായ കെയർ കിട്ടുന്നുണ്ടോ എന്ന് അവൾ ഡ്യൂട്ടിയിലുണ്ടായിരുന്ന സഹപ്രവർത്തകരോട് അന്വേഷിച്ചുകൊണ്ടിരുന്നു. മനസ്സ് വിങ്ങിപ്പൊട്ടുന്നതുപോലെ അവൾക്ക് തോന്നി.

ഡോർ തള്ളിത്തുറന്ന് അവൾ അകത്തേക്ക് കയറി.

"എന്താ ഡോക്ടർ എങ്ങനെയുണ്ട്?"

ഡോക്ടർ പെട്ടെന്ന് മറുപടി പറഞ്ഞില്ല.

അവളുടെ ദയനീയ മുഖം കണ്ട് ഡോക്ടർ പറഞ്ഞു, "സ്കാൻ ചെയ്യണം. ഇപ്പോൾ ബോധമില്ലാതെ കിടക്കുന്നു. ഇവിടെനിന്നും മാറ്റി സ്കാൻ ചെയ്യാൻ ശ്രമിക്കുന്നത് അപകടമാണ്. അതിനാൽ മൂവബിൾ വെന്റിലേറ്റർ വേണം. ഇവിടുത്തെ കേടായിരിക്കുകയാണ്. അതിനായി ഏർപ്പാടാക്കിയിട്ടുണ്ട്. അരമണിക്കൂറിനുള്ളിൽ അത് ഇവിടെ എത്തും. ഞങ്ങൾ അതിനായി കാത്തിരിക്കുകയാണ്."

ഗ്രേസിയുടെ ഹൃദയമിടിപ്പ് വർദ്ധിച്ചു.

അവൾ അങ്ങോട്ടുമിങ്ങോട്ടും നടക്കാൻ തുടങ്ങി.

ഓരോ ആംബുലൻസ് എത്തുമ്പോഴും ഗ്രേസി ഓടിച്ചെന്ന് തന്റെ പപ്പയ്ക്ക് വേണ്ടി കൊണ്ടുവന്നതാണോ എന്ന് അന്വേഷിക്കും. അവൾ കണ്ടതും പഠിച്ചതും ആയ വൈദ്യശാസ്ത്ര കഴിവുകൾ മിന്നൽപ്പിണർ പോലെ അവരുടെ ഉള്ളിൽ മിന്നി മറഞ്ഞു.

മറ്റു രോഗികളെല്ലാം അവളുടെ മനസ്സിൽ നിന്നും മറഞ്ഞു.

ഇതിനിടയിൽ മറ്റു നേഴ്സുമാർ അവളെ സാന്ത്വനപ്പെടുത്തി.

തന്റെ പപ്പയുടെ വിവിധ രൂപത്തിലുള്ള ചിത്രങ്ങൾ അവളുടെ മനസ്സിൽ മിന്നി മാഞ്ഞു.

അമ്മയുടെ കരച്ചിൽ പോലും അവളുടെ കാതുകളെ ഉണർത്തിയില്ല. അവൾ ഒരു ഭ്രാന്തിയെ പോലെ അങ്ങോട്ടുമിങ്ങോട്ടും ഓടിനടന്നു. ചിലപ്പോൾ വീഴുമെന്ന് പോലും തോന്നിപ്പോയി. സഹപ്രവർത്തകരായ നഴ്സുമാർ അവളെ ഒരു കസേരയിൽ ഇരുത്തി.

വെന്റിലേറ്ററിൽ നിന്നും മാറ്റാൻ കഴിയില്ല.

മറിയാമ്മയും ഗ്രേസിയേയും ഡോക്ടർ വിളിച്ചു,

"നിങ്ങളെ കാണണമെന്ന്."

അവർ രണ്ടുപേരും മുറിക്കുള്ളിലേക്ക് കയറി.

ഡോക്ടർമാർ പറഞ്ഞത് അനുസരിച്ച് ഓരോ സ്പൂൺ വെള്ളം അലക്സാണ്ടറുടെ വായിലേക്ക് ഒഴിച്ചു.

ആ വെള്ളം കവിളിലൂടെ പുറത്തേക്കൊഴുകി.

“എന്റെ പപ്പയ്ക്ക് എന്തു പറ്റി ഡോക്ടർ?”

അവളുടെ ചോദ്യം ആശുപത്രിയിൽ മുഴുവൻ പ്രതിധ്വനിച്ചു.

ഗ്രേസിക്ക് അപകടം മനസ്സിലായി.

ഡോക്ടർ നിശബ്ദനായി നിന്നതേയുള്ളൂ.

രണ്ടുപേരെയും പുറത്താക്കി ഡോക്ടർ കതകടച്ചു.

പുറത്തുകൂടി നിന്നവരെയെല്ലാം സെക്യൂരിറ്റിക്കാർ പറഞ്ഞയച്ചു. അല്പം കഴിഞ്ഞ് പച്ച തുണി കൊണ്ട് മൂടിയ ഒരു ശരീരം ആംബുലൻസിന് അടുത്തേക്ക് നീങ്ങി.

മറിയാമ്മയും ഗ്രേസിയും അലറിക്കരഞ്ഞുകൊണ്ട് അതിനോടൊപ്പം ഓടുകയായിരുന്നു. ഗ്രേസിയും മറിയാമ്മയും ജോസഫും ആംബുലൻസിൽ കയറി.

ഗ്രേസി അലക്സാണ്ടറെ ഒന്ന് നോക്കി.

അവളുടെ ദേഹം തളരുന്നതായി തോന്നി.

ബോധരഹിതയായി അവൾ ആംബുലൻസിലേക്ക് വീണു...

അന്ന് കറുത്തവാവായിരുന്നു.

OO

www.ingramcontent.com/pod-product-compliance
Lightning Source LLC
LaVergne TN
LVHW040824051026
849519LV00007BA/2734
* 9 7 8 9 3 9 1 0 8 5 8 1 0 *